THÍCH NHƯ ĐIỂN

SỐNG & CHẾT
THEO QUAN NIỆM CỦA
PHẬT GIÁO

2020

MỤC LỤC

- Lời giới thiệu - cho lần tái bản năm 2020..................7
- Lời vào sách..................9
- Chương I. Những mẩu chuyện liên quan
  về vấn đề đi đầu thai..................21
- Chương II. Quan niệm về sự sống và chết
  đối với người Việt Nam..................37
- Chương III. Quan niệm về sự sống và chết đối với
  Trung Quốc và Nhật Bản..................55
- Chương IV. Các lễ nghi tuần thất, phong tục tập quán
  về tang lễ theo truyền thống của người Việt Nam..................73
- Chương V. Các lễ nghi tuần thất, phong tục tập quán
  về tang lễ theo truyền thống của người Trung Quốc
  và Nhật Bản..................111
- Chương VI. Lễ nhập tháp của chư Tăng..................131
- Chương VII. Kết luận..................151
- **Cùng Một Tác Giả**..................253

LỜI GIỚI THIỆU

Cho lần tái bản 2020

Trên đời này, chuyện đáng nói nhất, quan trọng nhất của con người thật không gì bằng *chuyện sống và chết*.

Tác giả, Hòa Thượng Thich Như Điển, tính đến nay (2020) đã 71 tuổi đời và 56 tuổi đạo. Trong tác phẩm này, tác giả ghi lại những cảm nhận của mình trong suốt quá trình chăm sóc tinh thần cho người sống và cả những người chết.

Ngay ở "Lời vào sách" tác giả đã nhắc đến câu kệ thuộc nằm lòng của mọi tu sĩ Phật Giáo.

"Một bát cơm ngàn nhà
Một thân muôn dặm xa
Chỉ vì sự sanh tử
Thuyết pháp độ người qua".

Bài kệ này là kim chỉ nam nằm trong túi gấm tư trang, là mục đích của đời sống đạo cho mỗi tu sĩ trong vai trò Trưởng Tử Như Lai.

***

Suốt chặng đường 56 năm qua, trên bước vân du hành đạo, từ Việt Nam sang Nhật Bản, rồi đến Đức quốc cũng như các châu lục khác, tác giả đã không biết bao nhiêu lần thuyết pháp độ sinh, đã hóa độ bao nhiêu đệ tử tăng và tục. Không những thế, tác giả cũng đã từng đứng trước linh cữu trong hàng ngàn tang lễ, tuyên đọc bài Thuyết Linh "Hữu sanh hữu tử hữu luân hồi…" tuyên lời Phật dạy cho người chết. Thiết tưởng ít ai có đủ thẩm quyền và kinh nghiệm nhiều hơn để nói về chuyện "Sống và Chết theo quan niệm Phật Giáo" như vậy..

Ngoài ra, tác phẩm cũng nhắc đến những tập tục, lễ nghi, tuần thất... về tang lễ theo các truyền thống của Trung Hoa, Nhật Bản và Việt Nam.

Nhận thấy đây là một tác phẩm đáng đọc cho mọi người, cho mọi lứa tuổi, Viên Giác Tùng Thư xin giới thiệu đến quý độc giả gần xa. Sách được xuất bản từ năm 1998 và trong lần tái bản này đã có một số điểm được chỉnh sửa, bổ sung hoàn thiện hơn.

Xuân Canh Tý 2020
VIÊN GIÁC TÙNG THƯ

LỜI VÀO SÁCH

Hôm nay là ngày Mồng Một tháng Năm nhuần năm Mậu Dần, nhằm ngày 24 tháng 6 năm 1998 sau khi làm lễ Bố Tát (Uposatta) tụng giới nơi chánh điện, trở lại thư phòng, tôi bắt đầu viết cho quyển sách của năm nay nhan đề là: Sống và Chết theo quan niệm của Phật Giáo.

Mỗi người trong chúng ta đều có thói quen khác nhau. Tôi có thói quen viết sách vào mùa hè, vì đây là mùa an cư kiết hạ, nên có nhiều thời gian hơn các tháng khác. Vả lại, chính trong 3 tháng này nội tâm cũng yên tĩnh hơn, ngoại cảnh cũng đẹp hơn. Thông thường tôi hay uống 3 chung trà trước khi đi vào một quyển sách, để biết đâu với hương vị quen thuộc ấy có thể giúp mình thêm một ý sáng tạo nào đó trong khi viết sách.

Cả 2 tuần nay, mùa an cư kiết hạ đã bắt đầu nhưng tôi chẳng viết được một trang sách nào cả. Lý do chỉ đơn thuần là vì còn phải chuẩn bị một số công việc bên ngoài nữa cho nên mãi đến hôm nay mới bắt đầu. Năm nay lại nhuần 2 tháng năm nên an cư cũng bắt đầu vào giữa tháng năm (nhuần) âm lịch, chứ không phải giữa tháng 4 âm lịch như mọi khi. Do vậy mà rằm tháng 7 âm lịch năm nay cũng sẽ trễ đến đầu tháng 9 dương lịch. Ngày 16 tháng 7 âm lịch mới là ngày ra hạ của chư Tăng, năm nay nhằm ngày 6 tháng 9 năm 1998. Đã gần đến mùa Thu rồi, còn gì nữa?

Còn không mấy ngày nữa là lần sinh nhật thứ 50 của tôi. Ở Á Đông kể như vậy, chứ theo Tây Phương mới lần thứ 49 mà thôi. Người Tây Phương và Đông Phương có nhiều cái giống nhau và nhiều cái khác nhau lắm. Biết làm sao giải thích cho hết được. Thôi thì phải tập làm quen với nhau rồi mới có thể hiểu nhau. Ví dụ người Á Châu phải làm quen với dao nĩa khi ăn uống và người Âu Châu phải quen với đũa khi muốn tìm hiểu đến văn hóa của Á Châu.

Trên tầng thượng trước phòng của quý chú có một chậu hoa quỳnh rất đẹp và mỗi năm thường nở rất nhiều hoa vào mùa hạ. Năm nay sinh nhật của tôi có độ 8 hoa quỳnh đã nở. Dĩ nhiên là vô tình rồi, nhưng loài hoa này có lẽ cũng muốn cống hiến một chút hương sắc với đời, nên mới nở rộ vào ngày này chăng? Nghe đâu hoa quỳnh nở mang nhiều vui tươi và ước vọng đến cho mọi người.

Hoa màu vàng nhạt, hương thơm. Lẽ ra phải nở về đêm, nhưng ở xứ Âu Châu này hay nở vào buổi chiều, lúc mặt trời gần lặn và chỉ một đêm thôi, ngày mai quỳnh lại tàn. Quỳnh cưu mang cả tháng, từ khi còn ở trạng thái là một chồi và trở thành búp, để rồi nở hoa, nhưng chỉ một đêm, quả thật là loài hoa vương giả.

Năm rồi 1997 là năm tuổi của tôi. Khi nói đến năm tuổi là hay nói đến tam tai. Có nghĩa là năm ấy sẽ có 3 cái nạn lớn. Đó là hao tài, tiêu tán và mất mạng. Dĩ nhiên là tôi không tin tử vi rồi, vì tôi đã tin theo Đạo Phật. Nhưng cũng có nhiều cái thuộc về hình nhi hạ học cũng phải tin, nhất là những chuyện đã qua rồi và nghiệm lại thấy đúng, chứ không phải nhất thiết là ở hình nhi thượng học hết. Nhiều người Á Châu hay tin từ 49 đến 53 tuổi cuộc sống nặng nề lắm. Vì năm tuổi, vì sao hạn v.v... Vả lại cái tuổi này có lẽ cũng là cái tuổi đi vào xế chiều của cuộc sống, nên đã có nhiều điều không may đến với mọi người chăng?

Theo sự giải thích về tam tai thì những năm ấy người ta phải mất mát tiền bạc, người thân ra đi, hay chính mình phải chết. Nghiệm lại thứ năm rồi có đúng với tôi điều nào chăng? Hiển nhiên là có một đến hai sự việc. Đó là 2 Sư Cô lớn tuổi ở chùa ra đi đột ngột cách nhau trong vòng 7 tiếng đồng hồ. Một người mất vào lúc 4 giờ chiều và một người khác mất vào 1 giờ rưỡi khuya. Đó là điều ly tán hay tiêu tán. Còn mất mạng thì tôi chưa chết, nhưng năm rồi cũng phải mổ chân để lấy ra một cục thịt dư, như vậy là mất đi một ít của mạng mình rồi. Còn hao tài thì năm rồi không đáng kể. Bù lại đó ở chùa có trồng 2 cây đồng tiền (geldblaetter), cây này hiếm khi nở hoa lắm, nhưng trước khi cô Hạnh Niệm và cô Hạnh Tịnh mất, cả 2 cây đều nở hoa và cả 3 tháng hoa vẫn chưa tàn. Cây này tôi ít thấy khi nào ra hoa. Do vậy mà nhiều người đã bảo là tôi hên, sẽ có chùa lớn hơn chùa Viên Giác nữa. Điều ấy có đúng không thì hãy chờ xem.

Cây đồng tiền có lá nhỏ như đồng bạc bằng kẽm, màu đỏ tía và thân ủng nước, nhưng rất chắc. Khi đông sang cũng như hè đến, cây đều mạnh khỏe và uống nước rất nhiều. Hoa của cây nhỏ li ti như các hoa dại, màu trắng, có thêm một ít màu phụ, trông cũng rất phát tài. Hoa nở có lẽ mang đến cho người niềm vui hơn là tiền bạc, nhưng nhiều người và nhiều đời tin như vậy, ngay cả người Đức nữa, nên tên của cây mới được gọi là "cây đồng tiền".

Đến năm nay 1998, chùa Viên Giác tại Hannover, phần ngoại duyên tuy gặp nhiều chuyện không may nhưng đồng thời cũng có lắm điều may mắn. Ví dụ năm nay ở trong chùa có nhiều người bịnh cảm, ho cả mấy tháng. Điều này có lẽ tại thời tiết bên ngoài. Mà đúng vậy, tại Đức năm nay không có mùa hè. Thông thường thì tháng 6 hay tháng 7 nắng chói chang, nhưng năm nay ba chặp nắng cháy da, ba chặp lạnh, nên phải mặc áo ấm. Đi đâu cũng nghe người ta nói về thời tiết đổi thay, nhưng riêng về con người thì rất ít người nhắc đến. Đó phải chăng là một sự thiếu sót. Rồi quý vị cận sự của chùa lại ra đi vĩnh viễn, có vị phải vào nhà thương. Đúng là cuộc đời vô thường rồi, chứ còn gì nữa. Không có gì chắc thật cả, mặc dầu đó là bản thân của ta, bằng da bằng thịt này. Xe chùa mấy chiếc cũng bị tông hư, hoặc đi tông người khác, hoặc phải vào nghĩa địa xe hơi để an giấc ngàn thu như thân thể của con người. Khi còn sống lo đi phục vụ chuyên chở cho người ta, nhưng khi bị phế thải đi rồi chẳng ai dòm ngó đến nữa, mà còn ra chiều khinh khi hất hủi nữa.

Mấy Thầy đệ tử của tôi đi học xa tại Đài Loan thì gặp nạn bị đánh cắp mất hết giấy tờ và tiền bạc. Rõ là khổ ở xứ người, nhưng nếu hiểu lý nhân duyên của nhà Phật sẽ có được một phần an ủi nho nhỏ nào đó.

Điều may mắn năm nay cũng không phải là ít, trước nhất phải nói đến vấn đề đầu tư trí tuệ - Hạnh Tấn và Hạnh Nguyện là 2 Thầy đệ tử xuất gia của tôi, đã tu học tại Đức và Ấn Độ hơn 12 năm rồi. Hạnh Tấn tốt nghiệp Cao Học Tôn Giáo Học tại Đại Học Hannover và sang Ấn Độ học tiếp tục chương trình hậu Đại Học tại New Delhi và năm nay xong chương trình Tiến Sĩ Tôn Giáo Học. Hạnh Tấn là người có học, có hạnh và có tu. Năm 1999 sẽ về lại Đức để lo cho Expo năm 2000 với chú Hạnh Hảo người Đức và lo việc chùa, phụ giúp cho tôi trong những năm tới. Hạnh Tấn cũng đã viết và dịch nhiều tác phẩm hay như: Người Mang Hy Vọng, Xứ Phật Tình Quê, Uống Lửa Thở Đất v.v...

Hạnh Nguyện đang tu học tại tu viện Sera theo truyền phái Phật Giáo Tây Tạng, đã học năm thứ hai tại Đại Học Tu Viện này, cũng đã sáng tác đóng góp với Đời và Đạo qua các tác phẩm Milarepa bằng tranh, tự truyện Một Người Tu 1 + 2, Xứ Phật Tình Quê v.v...

Tuy quý Thầy này được đào tạo tại ngoại quốc, nhưng văn phong và ý hướng vẫn một lòng lo cho Quê hương và Giáo hội. Cũng chính năm này 2 Thầy đệ tử đã có chương trình kêu gọi quý Đạo Hữu và quý Phật tử khắp nơi ủng hộ Trung Tâm Tu Học Viên Giác tại Bồ Đề Đạo Tràng, Ấn Độ, và cũng đã được quý Phật tử khắp nơi hỗ trợ.

Rồi Frank Sanzenbacher, Pháp danh Thiện Bình, Pháp tự Hạnh Hảo, một người Đức cao lớn, nói tiếng Trung Hoa rất rành và Việt ngữ cũng khá. Còn tiếng Đức cũng như tiếng Anh là tiếng mẹ đẻ của chú rồi. Năm này cũng đã xong luận án tốt nghiệp Cao Học tại Đại Học Hamburg với đề tài ra trường là: "Thập Mục Ngưu Đồ Tụng" bằng tiếng Hán của Hòa Thượng Quảng Trí người Việt Nam biên soạn vào thời Trịnh-Nguyễn phân tranh, dịch và bình chú ra tiếng Đức. Cả một công trình nghiên cứu như thế rất công phu. Sau khi xuất gia và thọ giới Sa Di, cho đến nay chú đã ở chùa Viên Giác hơn 4 năm rồi và đang lo hướng dẫn các lớp học người Đức tại Chùa cùng với ông Rotar Rieder. Có lẽ sau năm 2000 sẽ cho chú thọ giới Tỳ Kheo và tha phương cầu học.

Hạnh Bảo có khả năng về tiếng Trung Hoa, nên tôi đã cho sang Singapor tu học, nhưng ở đây giấy tờ khó khăn, đành phải về lại Đức làm giấy tờ đi Đài Loan để học tại các Phật Học Viện và có thể tại Đại Học. Tuy khổ tâm vì mất giấy tờ và tiền bạc tại Đài Loan, nhưng có lẽ sẽ tiếp tục con đường học Phật tại đó.

Ở tại chùa, chú Hạnh Hòa năm nay đang học năm thứ 2 về phân khoa Tôn Giáo Học và Anh văn tại Đại Học Hannover. Chú là người giỏi ngoại ngữ nên đã phụ cho tôi về phương diện ngoại giao tại đây. Tại Đại Học này Đức Thụ Hồ Lộc, vẫn còn là một cư sĩ tại gia, nhưng năm nay đã ra trường Cao Học với luận án tốt nghiệp tối ưu với đề tài là: Phật Giáo Việt Nam tại Đức. Tác phẩm này sẽ được xuất bản trong nay mai để giới thiệu với người Đức về sự phát triển của Phật Giáo Việt Nam ở xứ này.

Chú Hạnh Sa vừa xong Tú Tài và nay đã ghi danh học về Phật học tại Đại Học Hamburg.

Ngoài ra còn các chú Hạnh Vân, Hạnh Từ, Hạnh An, Hạnh Định, Hạnh Trí, Hạnh Luận đang học nội điển tại chùa qua sự hướng dẫn của tôi và Thầy Giáo Thọ Thích Quảng Bình. Thầy dạy về chữ Hán và nghi lễ. Vì vậy bây giờ quý Phật tử đến chùa Viên Giác nghe những âm thanh lạ của trống, của chuông, linh, tang, mõ, đẩu, khánh v.v... Đó là công đức của Thượng Tọa Giáo Thọ Thích Quảng Bình đã dạy cho các chú. Phần tôi bận rộn muôn bề, nên mỗi tuần chỉ hướng dẫn cho quý cô quý chú 2 đến 3 lần mà thôi. Thường thì dạy cảnh sách bằng chữ Hán, luật Sa Di bằng chữ Hán và Đại Trí Độ Luận bằng tiếng Việt. Quý cô tại chùa bây giờ chỉ còn Ni Sư Như Viên, Sư cô Hạnh Châu, Sư cô Hạnh Ân, cô Hạnh Ngọc và chừng 10 người làm công quả. Quý cô lớn tuổi cũng rất bận rộn cho chuyện tu, chuyện học và chuyện công quả tại chùa. Đó là kết quả của phần trí tuệ mà cây công đức ấy đã gieo trồng từ 12 năm trước. Hy vọng với những cây này, Phật Giáo Việt Nam sẽ gặt được những quả trí tuệ vào các năm tới, ở đầu thế kỷ 21 này.

Đó là chưa kể các Phật tử tại các địa phương khắp nơi trên xứ Đức này, rất nhiều người tin Phật, hành hạnh Phật và thể hiện lòng từ bi của mình đến với tha nhân bằng hữu trong cách sống của mình.

Trên đây là một số điểm tốt và xấu. Xấu và tốt thực ra cũng là 2 mặt của cuộc đời, nhưng chỉ một lối vào thôi. Ai ý thức được sẽ ra khỏi cửa khổ đau này. Ai còn thiếu tư duy, cứ đi vào với con đường sanh tử triền miên trong cuộc sống này vậy. Tôi không tin bói toán và đoán số bàn mộng, nhưng tin rằng cuộc sống có thăng trầm, đời người có lúc này lúc nọ. Cũng giống như một con đường, đâu phải lúc nào cũng thẳng tắp để đưa người đi đến đích đâu? Có lúc cong, có lúc thẳng. Có lúc bằng phẳng, có lúc khúc khuỷu, ngoằn ngoèo, lúc đường tốt, lúc đường xấu v.v... Do vậy mà tôi vẫn thường hay nói trong cái tốt có cái xấu và trong cái xấu có cái tốt là vậy.

Trở về lại sinh hoạt thường nhật của chùa năm nay trong mùa An Cư Kiết Hạ cũng như mọi năm, nghĩa là từ sáng sớm quý Thầy, quý cô, quý chú đã dậy và đúng 6 giờ kém 15 phút là mọi người vân tập nơi Tổ Đường để lễ Tổ. Sau đó lên chánh điện ngồi thiền 15 phút. Nay thì quý chú đã tự hô canh được rồi, tôi không còn phải hô nữa. Sau đó trì tụng thần chú Thủ Lăng Nghiêm và kinh hành niệm Phật. Đến 7 giờ nghỉ lễ xong, cô chú nào có phiên trực nhật phải lo nấu dọn cho trong ngày thì phải có mặt nơi nhà bếp để sửa soạn. 8 giờ sáng tất cả Đại chúng đều dùng sáng chung. Từ 7 đến 8 giờ sáng là giờ viết sách của tôi. Nếu buổi sáng có thì giờ, tôi viết tiếp từ 9 đến 10 giờ rưỡi. Cứ ròng rã và đều đặn mỗi mùa hè như thế, mà cho đến nay tôi đã được 25 tác phẩm rồi. Dĩ nhiên sách tôi không hay so với một số tác giả nổi danh khác, nhưng nó là những tư liệu sống và những gì có tận nơi đáy lòng, tôi đem phơi bày cho mọi người đọc và hiểu cho một người tu, chỉ đơn giản có thế thôi. Câu: "Có công mài sắt có ngày nên kim", tôi vẫn thường hay ứng dụng vào cuộc sống của mình là vậy.

Từ 9 đến 10 giờ 30 sáng, có lúc quý chú Sa Di phải học luật, quý vị khác thì chuẩn bị cho buổi quá đường. Đúng 11 giờ chư Tăng Ni dùng ngọ trai, sau đó đi kinh hành niệm Phật. Năm nay có thêm phần đánh chuông trống bát-nhã vào lúc chư Tăng lên chánh điện, để cho quý chú quen dần với việc sử dụng chuông, trống lớn. Trước 11 giờ có một chú lên chánh điện cúng Ngọ nữa. 12 giờ trưa là giờ của các chú Sa Di Thị Giả và những người giúp việc dùng trưa. Sau đó là giờ chỉ tịnh cho đến 2 giờ chiều.

Từ 2 giờ 30 đến 4 giờ là giờ học. Vào cuối tuần giờ học này không có, nhưng thay vào đó là các giờ thuyết giảng trong các buổi Thọ Bát Quan Trai. 5 giờ chiều có buổi công phu chiều, tụng Di Đà, Hồng Danh và Thí Thực. Đến 18 giờ 30 dùng tối bằng cháo nhẹ và 20 giờ tất cả lên chánh điện để lễ kinh Đại Bát Niết Bàn, mỗi chữ mỗi lạy.

Kinh Đại Bát Niết Bàn gồm 2 quyển, độ chừng 1.500 trang. Chùa Viên Giác sau khi lễ xong kinh Pháp Hoa, cũng mỗi chữ mỗi lạy, cuối năm 1995 bắt đầu qua lạy kinh Đại Bát Niết Bàn. Đến hôm nay, cuối tháng 6 năm 1998, mới được 200 trang, mà mỗi buổi tối thường lạy từ 250 đến 300 lạy. Có lẽ kinh này phải lạy tất cả trong 15 mùa hạ mới xong. Sở dĩ tôi phát nguyện lạy như thế, vì thấy bao nhiêu người lớn tuổi đi chùa muốn lễ một lễ cũng không trọn vẹn, nên nghĩ tới già nua, tuổi tác và vô thường nên mới phát nguyện như vậy và năm nay phát nguyện làm Trung Tâm Dưỡng Lão,[1] cũng vì thấy nhiều người lớn tuổi sống cô đơn trên xứ người, phải có một nơi gìn giữ cũng như an ủi những bậc cao niên, nên mới bắt đầu công việc to lớn và cực nhọc khác. Tất cả cũng chỉ khởi đi từ tâm niệm độ sanh của người xuất gia mà thôi. Vì cuộc sống của người Tăng sĩ là:

"Nhứt bát thiên gia phạn
Cô thân vạn lý du
Kỳ vi sanh tử sự
Thuyết pháp độ xuân thu."

Nghĩa là:

"Một bát cơm ngàn nhà
Một thân muôn dặm xa
Chỉ vì sự sanh tử
Thuyết pháp độ người qua.

Đơn giản nhưng khó thực hiện vô cùng.

Đến 21 giờ 30 là xong lễ. Sau đó là giờ tự do của Tăng chúng như ôn bài, tắm rửa, giặt giũ v.v... Tiếp theo là chỉ tịnh để tiếp tục ngày hôm sau.

Trong mùa an cư kiết hạ mỗi năm 3 tháng tại Chùa Viên Giác, Tăng chúng và cá nhân tôi đều thực hiện như vậy. Ngoài ra 9 tháng khác trong năm, mỗi ngày chỉ còn lại 2 thời công phu sáng và chiều và các lớp học được xếp vào buổi tối. Vì ban ngày có nhiều chú phải đi học tại Đại Học.

Cuộc sống của người tu hành cứ như thế mà thong thả trôi đi và cũng phải giúp đỡ cho mọi người trong việc làm lễ cưới hỏi cho các Phật tử tại gia, giải quyết những khó khăn nội tại của gia đình và việc chết của mọi người con Phật, lẽ đương

---

[1] Kế hoạch mua lại khách sạn để làm Trung Tâm Dưỡng Lão này do một vài trở ngại khách quan và chủ quan đã không thực hiện được. (Ghi chú cho lần tái bản 2020.)

nhiên là quý Thầy quý Cô hiện diện ngay từ lúc còn bịnh hoạn tại nhà thương kia.

Tôi là một người hay gần gũi với người chết không ít. Vì lẽ mỗi lần có ai chết, gia đình đều gọi về chùa để nhờ quý Thầy đi đám. Trước hết là cái chết của người thân, như có lần tôi đã kể trong tác phẩm "Giọt Mưa Đầu Hạ" được Chùa Khánh Anh tại Pháp xuất bản vào năm 1979, về sự ra đi của thân mẫu tôi và năm nay cũng là kỷ niệm 100 năm ngày sinh của thân phụ tôi, người cũng đã mất đi từ năm 1986. Tôi ra đời khi người đã 50 tuổi và là đứa con út trong gia đình, nên cũng đã được nhiều phước duyên khi đi vào con đường đạo. Người sinh năm 1898, tức năm Mậu Tuất, năm nay 1998 là năm Mậu Dần. Đúng một trăm năm. Một trăm năm trước tại quê hương xứ Quảng của chúng tôi, triều đình nhà Nguyễn tại Huế, lúc bấy giờ vua Thành Thái đang trị vì, đã sắc phong cho dân xứ này là "Ngũ Phụng Tề Phi". Nghĩa là 5 con phụng cùng bay một lúc. Con chim phụng hay phượng hoàng là một trong các chúa tể của loài chim, đẹp nhất trần gian này và có lúc Từ Hy Thái Hậu cũng đã lấy biểu tượng của con chim Phượng Hoàng làm quốc huy cho triều đình của mình. Lý do là từ Quảng Nam ra Huế thi có 3 vị đậu Tiến Sĩ, trong đó có ông Phạm Liệu, và 2 vị đậu Phó Bảng, giống như Cao Học ngày nay. Cả một nước chỉ có mấy người đậu mà Quảng Nam đã có 5 người đậu đầu khoa Mậu Tuất ấy, nên người Quảng Nam cũng thường hay tự hào là xứ của Văn Hiến, của ngàn năm văn vật, chỉ có tội là nghèo hơn các xứ khác trong nước mà thôi. Nghèo nhưng vẫn tự hào rằng:

"Đất Quảng Nam chưa mưa đã thấm
Rượu hồng đào chưa nhấm đã say."

Quảng Nam không biết có chế được rượu hồng đào không? Chứ còn rượu làm từ gạo thì chắc chắn có rồi. Vì đây là xứ nông nghiệp mà. Người Quảng Nam ở lại quê, ít có người nào làm nên nghiệp lớn, mà phải xa quê mới tạo dựng được cho xứ sở của mình một giá trị sâu thẳm của nội tâm. Về thơ văn có Phan

Khôi, Bùi Giáng. Về cách mạng có Trần Quý Cáp, Trần Cao Vân, về Phật Giáo có các vị Cao Tăng thạc đức như Hương Hải Thiền Sư và Vĩnh Gia Đại Sư v.v... và ngày nay ở ngoại quốc cũng đã có nhiều người con của xứ Quảng đang gây dựng nghiệp lớn.

Quyển sách này được viết nhằm kỷ niệm 100 năm ngày sinh của phụ thân và 50 năm ra đời của tác giả, nên cá nhân tôi cũng muốn nhân đây hồi hướng phước báu này lên 2 bậc sinh thành đã quá vãng và nguyện cầu cho những ân đức sanh thành dưỡng dục cao dày ấy được đền đáp trong kiếp hiện tại này, để kiếp lai sinh khác được nhẹ gánh tang bồng.

Mỗi năm Bộ Nội Vụ Cộng Hòa Liên Bang Đức tài trợ cho tôi xuất bản một quyển sách, kể từ năm 1981 đến nay, gần 20 năm rồi. Ơn ấy xin nguyện khắc ghi và nghĩa cử cao đẹp này chắc năm tháng trôi qua không bao giờ mất nơi tâm thức của một người luôn luôn mong muốn ơn đền nghĩa trả.

Tôi cũng mong rằng tập sách này sẽ được dịch ra tiếng Đức. Vì lẽ người Đức đã làm quen ít nhiều với việc sống, chết, tái sanh qua Phật Giáo Tây Tạng, nhưng với Phật Giáo Việt Nam và các xứ Phật Giáo Á Châu khác hầu như còn xa lạ. Mà không riêng gì người Đức, ngay cả người Việt Nam cũng ít khi lưu tâm đến sự chết. Vì nghĩ rằng mình chưa chết, nên chưa lo. Nhưng đâu có ai ngờ rằng: ai sinh ra rồi cũng phải chết. Thực tế này lại hay phũ phàng và trái ngược, vì ai cũng chỉ ham sống chứ rất ít người lo chuẩn bị cho sự chết cả.

Một ngày ăn cơm 3 buổi, uống nước, dùng điện, gas, sưởi, áo mặc, hít thở không khí của đất trời v.v... Tất cả đều là ơn nghĩa của chúng sanh và muôn loài, không nên hoang phí. Vì tất cả đều phục vụ cho tha nhân và mang sự lợi ích sống chung và cùng chia sớt với nhau nhiều bổn phận. Cũng như con người thì cần O_2 và cây cỏ cũng phải cần đến CO_2 là vậy. Cái này sống nhờ vào cái kia và cái kia tồn tại được là nhờ cái này. Điều này cũng rất hợp với thuyết nhân duyên của nhà Phật.

Bộ Nội Vụ Cộng Hòa Liên Bang Đức giúp cho chúng tôi ra một quyển sách gồm 2 thứ tiếng Việt và Đức mỗi năm. Có như thế văn hóa của Việt Nam, đặc biệt văn hóa của Phật Giáo mới có cơ hội tồn tại nơi mảnh đất tỵ nạn này. Những người tỵ nạn sống tại Cộng Hòa Liên Bang Đức này, một mặt phải hội nhập vào đời sống văn hóa, phong tục của xứ Đức và đồng thời người tỵ nạn cũng không được phép quên ngôn ngữ mẹ đẻ của mình. Vì nếu quên phong tục tập quán và tôn giáo cũng như văn hóa của mình thì ý nghĩa hội nhập vào xã hội mới không còn nữa. Điều ấy đã bị đồng hóa rồi.

Năm nay là năm thứ 20, Bộ Nội Vụ Đức đã giúp đỡ cho người Phật tử Việt Nam tỵ nạn của chúng ta ở nhiều lãnh vực khác nhau của văn hóa. Xin chân thành cảm ơn sự quan tâm của chính phủ đến người Việt Nam của chúng tôi tại đây và đồng thời người tỵ nạn cũng đã hiến dâng những tinh hoa văn hóa của dân tộc mình, đặc biệt là văn hóa của Phật Giáo, như mang một bông hoa mới lạ, đẹp đẽ khác trồng vào trong một vườn hoa, vốn đã đẹp rồi, sẽ còn đẹp hơn nữa. Điều ấy có lẽ cũng không phụ công lao khó nhọc mà chính phủ Đức đã giúp đỡ cho người tỵ nạn Việt Nam hơn 20 năm qua và mong rằng ơn nghĩa ấy vẫn còn tồn tại mãi mãi.

Cho đến giờ này, viết sách hay bất cứ viết bài gì, tôi đều viết bằng tay trên giấy bản thảo, chứ không dùng computer. Vì đây chỉ là thói quen. Đôi khi sợ dòng tư tưởng của mình bị chi phối, do đó hay dùng bút để viết hơn là đánh máy. Nhưng viết phải là loại viết đặc biệt, mực loãng, nhẹ. Khi viết không cần phải dùng sức đè nặng lên viết và có như thế mới viết được nhiều hơn, dòng tư tưởng cũng liên tục như thế mà chảy mãi, chảy mãi. Sau đó mới cho đánh máy, sau khi đánh máy, tôi lại sửa lại một lần nữa và sau đó mới cho dịch ra tiếng Đức cũng như trang trí và xem lại lần cuối trước khi đưa in.

Chữ viết của tôi tương đối khó đọc, tuy nhiên Chú Sanh và Chị Nga đã quen nên cũng không gặp nhiều trở ngại. Nếu ai là người lần đầu đọc thư tôi, có lẽ sẽ không đọc được hết. Vì lẽ không có thì giờ để viết chậm và sợ dòng tư tưởng bị ngưng đọng, nên phải viết nhanh. Vì viết nhanh nên chữ xấu cũng là chuyện bình thường.

Đức Thụ năm nay cũng cố gắng dịch sách này ra tiếng Đức để giới thiệu với người Đức về cái nhìn của một người Phật tử về sự sống và sự chết qua các nước Phật Giáo Đông Nam Á mà lâu nay họ chưa có cơ hội làm quen.

Trình bày, trang trí, in ấn do anh Như Thân và các anh em công quả Thiện Như, Thiện Lai thực hiện. Từ khi viết một quyển sách, đến khi in, đóng và cắt thành sách, thời gian ít nhất cũng mất từ 6 tháng đến một năm, tùy theo độ dày mỏng của sách. Nhưng tựu trung phải cần một thời gian ít nhất là như thế.

Tất cả những ơn nghĩa ấy, nơi thâm tâm tôi bao giờ cũng ghi nhớ mãi. Vì không có những trợ duyên này, chắc chắn rằng tác phẩm sẽ không được ra đời và độc giả sẽ không có cơ hội để hiểu biết thêm một vấn đề, nhiều khi cũng không phải là vô bổ.

Chim bên ngoài đang hót, mặt trời đang dần lên cao. Nơi nội tâm của mình cảm thấy có một cái gì đó đổi thay. Có lẽ đây cũng là một trong những viễn ảnh của tâm thức và mong rằng những trang sách tiếp theo sẽ phơi bày hết mọi khía cạnh của vấn đề, để độc giả có một cái nhìn tổng quát hơn.

Nếu được như vậy quả là ích lợi cho cả người viết lẫn người đọc.

Mong lắm thay.
Tác giả cẩn bút
Viết tại thư phòng Chùa Viên Giác
vào một sáng mùa hạ năm Mậu Dần – 1998

CHƯƠNG I

NHỮNG MẨU CHUYỆN LIÊN QUAN VỀ VẤN ĐỀ ĐI ĐẦU THAI

Suốt 49 năm thuyết pháp độ sanh, Đức Bổn Sư Thích Ca Mâu Ni đã hoằng hóa không ngừng nghỉ. Ngài đã đi khắp miền Trung, Nam Ấn Độ để giảng pháp và ngày nay sau 25 thế kỷ đã trôi qua, mặc dầu Ngài đã thị tịch Niết Bàn, nhưng pháp âm ấy đã vang vọng khắp mọi nơi mọi chốn ở cõi Ta Bà này. Thật đúng với ý nghĩa "Hãy tự mình thắp đuốc lên mà đi". Đó là lời dạy của Đức Phật trước khi thị tịch Niết Bàn.

Khi Đức Phật còn tại thế, Ngài là một bậc giáo chủ và khi Ngài tịch diệt đi rồi, không có một giáo chủ khác thay thế vào vị trí của Ngài, chỉ có giáo pháp, mới là bậc Thầy của tất cả chúng sanh, còn Tăng Đoàn cũng như Cư sĩ là những người hành trì giáo pháp ấy. Nếu ai thực hành đúng đắn qua việc nghe thấy, suy nghĩ và hành động theo sự hiểu biết nhận thức của mình, thì giáo lý ấy chính là một chất liệu dưỡng sinh trong cuộc sống hằng ngày khi còn sống, cũng như sẽ mang theo khi qua bên kia bờ giải thoát.

Đức Phật đã vì chúng sanh mà khai ngộ mọi vấn đề trong cuộc sống. Từ sự khổ cho đến con đường diệt khổ. Từ sự tìm ra nguyên nhân, rồi đến dùng thuốc giới định huệ để chữa lành căn bịnh tham, sân, si của con người vốn có cội gốc từ trong vô lượng kiếp. Ngài cũng đã nói về vô thường, khổ, không, vô ngã, vô tướng, vô tánh về Niết Bàn sanh tử. Ngài đã nói về nhân duyên, về luân hồi, về giải thoát sanh tử. Ngài đã giảng và kể những câu chuyện về tiền thân của Ngài lúc còn thực hành hạnh Bồ Tát. Có lúc Ngài còn trong A Tỳ địa ngục, có lúc Ngài ở Đâu Suất thiên cung. Có lúc Ngài làm con nai, có lúc Ngài làm con chim. Có khi Ngài làm Vua, có lúc làm Thái Tử, nhưng hầu như bao nhiêu vai tuồng trong 6 nẻo luân hồi, Ngài đều đóng vai thiện nam tử, hầu như và không khi nào Ngài đóng vai một người ác, mà tất cả đều hiền lành, đức hạnh, chơn tu theo mỗi vai trò mà Ngài đã thể hiện nơi chốn Ta Bà này. Có khi Ngài kể chuyện Ngài với Công chúa Da Du Đà La về nhân duyên ở tiền kiếp. Có khi Ngài nhìn thấu suốt qua tam giới và về vô lượng kiếp về trước để nhắc lại những sự liên hệ giữa Ngài và Ngài Xá Lợi Phất hay Ngài Mục Kiền Liên hay Đề Bà Đạt Đa, hay A Nan, hay Di Mẫu Kiều Đàm Di, hoặc Vua Tịnh Phạn v.v...

Qua con mắt trí tuệ sau khi đã chứng đạo, Đức Bổn Sư Thích Ca Mâu Ni Phật giới thiệu cho tất cả chúng sanh ở thế giới Ta Bà này nhiều thế giới khác, nhiều cuộc đời khác, mà vốn bị màn vô minh che khuất, nên chúng sanh không thể dùng con mắt thường tình và trí hiểu biết bình thường để nghe, hiểu và thấy được. Ngài đã nói rất rõ thế giới ấy ở đâu, chốn khổ ấy ở chỗ nào, con người đầu thai ở kiếp trước và kiếp sau ấy là ai, nhưng ai có thể tin được điều đó, ngoại trừ những bậc đã chứng thánh quả?

Thật sự ra trước khi Đức Phật chứng quả cũng đã có những bậc Thánh của Ấn Độ giáo chứng thánh quả, cũng đã nói về luân hồi, về tái sanh, nhưng những vị Thánh này không chỉ ra được lối giải thoát cho chúng sanh. Do vậy mà đức Phật phải đi tìm một lối giải thoát cho riêng mình và đưa chúng sanh ra khỏi vòng luân hồi sanh tử ấy.

Đức Phật sau khi thành đạo, rời khỏi cây bồ-đề và nói câu đầu tiên là: "Kỳ lạ thay, tất cả chúng sanh đều có Phật tánh." Chính Phật tánh này là nhân để giác ngộ, nhưng đa phần cái nhân ấy bị che lấp bởi nghiệp lực và vô minh, nên ít ai tự tìm ra lối thoát, giống như con ngựa bị che 2 mắt, chỉ có đường thẳng chạy thôi và chờ cho khi nào người chủ mở 2 mắt bị che mới thấy được chung quanh có những cảnh lạ khác. Thông thường chúng ta tự trói buộc mình vào khổ đau, tình ái, nghiệp lực v.v... nhưng ít ai tự mình cởi trói được khỏi khổ đau, mà chỉ nhờ người khác mở giùm và ủy thác sinh mạng của mình cho những người có quyền thế ấy. Điều đó hẳn sai vì không ai có thể thay cho mình cởi trói khỏi vô minh cả, ngoại trừ chính mình phải cởi trói cho mình qua sự hỗ trợ của giáo lý.

Có lần Đức Phật kể lại nguyên nhân làm sao mà vua A Xà Thế lại bất hiếu với phụ vương của mình là vua Tần Bà Sa La như thế. Đây là câu chuyện:

Khi vua Tần Bà Sa La đã lớn tuổi nhưng chưa có con để nối dõi ngôi vua, thì nhà Vua và Hoàng Hậu lo sợ rằng ngôi báu ấy sẽ bị trao về tay người khác, do vậy cả Vua lẫn Hoàng Hậu luôn khẩn cầu ngày đêm mong có được một người con để nối dõi vương nghiệp. Một hôm vua nằm mộng thấy có một vị thần nhân đến mách bảo rằng: "Trong núi Hy Mã Lạp Sơn kia có một vị Tiên nhơn tu đã 500 năm rồi và sau khi mãn kiếp sống, sẽ thọ thai nơi Hoàng Hậu, đản sanh thành Thái Tử để giúp vua trị nước." Sau khi tỉnh dậy Vua báo tin này cho Hoàng Hậu và bá quan văn võ triều thần đều biết, ai nấy đều hết sức vui mừng và từ đó chính nhà Vua cùng với tùy tùng vào sâu trong núi Hy Mã Lạp Sơn để tìm vị tu tiên ấy.

Quả đúng như vậy, khi vua Tần Bà Sa La đến, vị Tiên nhơn kia cũng kể lại rằng, sau khi chết, sẽ đầu thai vào hoàng gia của nhà vua, nhưng vua lại năn nỉ, vì vua tuổi đã già rồi, không biết còn sống bao lâu nữa để chăm sóc cho Thái Tử, khi Thái Tử ra đời. Vị Tiên nhơn ấy suy nghĩ mãi, nhưng đồng thời nhà vua cũng hối thúc mãi, nên cuối cùng vị Tiên nhơn ấy quyết định bằng cái chết lập tức để tâm thức của mình đi đầu thai và trước khi chết, vị Tiên nhơn ấy có nói rằng: "Tôi chưa tới lúc phải chết, nhưng vì bệ hạ khẩn cầu. Vậy sau này đứa trẻ được đầu thai có điều gì bất hiếu, mong bệ hạ không oán trách."

Lúc bấy giờ vua Tần Bà Sa La chỉ muốn có con chứ không muốn gì khác, nên mới trả lời rằng: "Dầu bất cứ hậu quả gì, ta cũng sẽ gánh chịu."

Sau khi hai bên nói lời ấy xong, vị Tiên nhơn ấy kết liễu đời mình và thần thức đầu thai vào Hoàng Hậu Vi Đề Hy, vợ vua Tần Bà Sa La. Ngày lại tháng qua Hoàng Hậu lâm bồn, nhưng các vị tướng số đều đoán rằng sau khi Thái Tử này được sanh ra sẽ đoạt ngôi vua và giết cha, giam giữ mẹ. Vua nghe như thế tức giận bảo là hãy giết đi, nhưng Hoàng Hậu vì công mang nặng đẻ đau nên không nỡ lòng nào giết khi còn bào thai trong bụng mẹ. Hoàng Hậu chỉ nghĩ rằng, khi sanh, tìm cách đứng chứ không nằm. Lúc thai nhi sanh ra rơi từ trên cao xuống sẽ bị chết thì tốt hơn là tự giết. Thế nhưng Thái Tử chỉ bị gãy ngón tay út thôi. Và chính ngón tay út này mà cũng là đầu mối của câu chuyện khi A Xà Thế lớn lên, hỏi nguyên nhân tại sao với Đề Bà Đạt Đa và Đề Bà Đạt Đa đã kể rõ lại mọi tình tiết đã xảy ra, thế là một sự oán thù đã bắt đầu vay trả, cho nên nói oan oan tương báo là như thế đó....

Câu chuyện còn dài lắm, dài suốt cả một đời người mấy mươi năm luôn, không phải chấm dứt nơi đây, nhưng điều muốn nói ở quyển sách này không phải việc xấu tốt, lành dữ v.v... mà điều muốn nói ở đây là những hành động lúc cận tử nghiệp và ý niệm lúc đi đầu thai nó quan trọng như thế nào.

Có nhiều chủ thuyết cho là không có luân hồi, không có quả báo. Có nhiều tôn giáo chủ trương rằng có một linh hồn bất tử. Nếu tin tưởng vào Thượng Đế sẽ được lên Thiên Đàng. Nếu không, thì ngược lại. Có nhiều chủ nghĩa bảo rằng: Chết là hết, không còn gì cả, nhưng điều ấy có thật không? Qua câu chuyện của Đức Phật vừa kể lại ở trên và qua kết quả của chúng ta vẫn thường thấy hằng ngày?

Việc vị Tiên nhơn đi đầu thai mà mang mối hận cừu, rằng chưa đến lúc chết mà phải chết. Do vậy mới có oan oan tương báo với nhau. Đây là điểm hành nghiệp chính mà thuyết luân hồi của Đạo Phật đã chỉ ra rất rõ ràng, nhưng ít người lưu ý. Vì khi sống, thích tranh danh đoạt lợi, ưa dua nịnh, đấu tranh, khen chê thù tạc. Tất cả đều chỉ vì tự ngã và cố nâng niu bản ngã để chiều chuộng theo thói hư tật xấu của mình, ít khi để ý đến sau khi chết sẽ đi về đâu và dầu có đến giờ phút cận tử nghiệp đi chăng nữa cũng ít có người lo sợ. Đến khi đi đầu thai vào một chốn nào đó trong 6 nẻo luân hồi, lúc ấy mới bừng tỉnh thì đã trễ quá rồi.

Cái nhân sân hận sẽ tạo quả sân hận. Cái nhân từ bi sẽ gặt hái quả từ bi. Cái nhân tham lam sẽ gặt hái quả keo kiệt. Cái nhân hiếu hạnh sẽ gặt hái cái quả sống đầm ấm hạnh phúc trong gia đình. Cái nhân sát sanh sẽ gặp cái quả thường hay đau ốm và chết yểu. Cái nhân trộm cướp, chắc chắn sẽ bị người khác trộm lại. Hoặc giả sanh vào kiếp khác sẽ bị bần cùng, cơm không đủ ăn, áo không đủ ấm. Cái nhân tà dâm sẽ gặt hái cái quả là chính mình hay vợ con sẽ đem lòng lang chạ với kẻ khác. Cái nhân uống rượu sẽ gặt hái cái quả là không có trí tuệ, tối tăm mù mịt, sanh ra đời bị ám độn không có lợi căn như bao nhiêu người khác. Cái nhân đâm thọc, chửi bới sẽ tạo cái quả gia đình lộn xộn không yên. Cái nhân giận hờn sẽ sinh ra cái quả si mê ngu muội.

Ngược lại những nhân và quả xấu bên trên, chúng ta có thể thấy được những nhân và quả tốt như sau:

Người ưa phóng sanh và cứu mạng sống kẻ khác thì cái quả của người ấy sẽ gặt là kiếp này hay kiếp sau được sống lâu và ít bịnh hoạn. Người hay bố thí giúp người thì cái quả của kiếp này hay kiếp sau được giàu sang vinh hiển. Nếu đàn ông hay đàn bà sống một đời sống đức hạnh, không lang chạ thì đời này hoặc đời sau sẽ được tướng mạo trang nghiêm, khi gặp ai ai cũng kính mến. Nếu người luôn luôn nói lời chân thật thì hiện tại và vị lai luôn được người khác tin cậy. Nếu một người không uống rượu thì trí tuệ dần dần sáng tỏ.

Trên đây là một số nhân tốt và quả tốt, đồng thời cũng có một số nhân xấu và quả xấu. Có những loại nhân gây ra trong đời này, kết quả sẽ gặt hái ngay trong hiện tại, nhưng cũng có nhiều loại nhân gây ra trong đời này mà đời sau mới gặt hái và cũng có nhiều loại nhân gây ra trong đời này mà nhiều đời sau mới gặt hái. Cũng có lúc những gì đang hưởng trong hiện tại là cái quả đã gieo trong đời trước, hoặc tốt hoặc xấu. Cái này làm nhân cho cái kia. Cái kia làm nhân cho cái nọ.

Có nhiều khi người ta nghĩ là trái ngược nhau, nhưng trên thực tế không phải vậy. Ví dụ có người trong đời này chỉ làm toàn là chuyện lương thiện, nhưng lúc nào cũng gặp những chuyện khổ đau phiền não. Do đó không tin nhân quả của nhà Phật, nhưng trên thực tế phải hiểu rằng: Dẫu cho người ấy trong hiện tại có làm thiện nhiều, nhưng cái nhân trong quá khứ đã làm việc xấu, ác, nên trong hiện tại phải trả quả xấu trước, mặc dầu vẫn làm thiện.

Hoặc ngược lại có nhiều người sống trong đời này tàn ác, vô tâm, nhưng họ luôn luôn giàu sang vinh hiển. Có người cũng bảo rằng luật nhân quả của nhà Phật không đúng, nhưng trên thực tế phải hiểu như thế này. Sở dĩ người này hưởng được quả lành là do đời trước hoặc nhiều đời trước nữa đã gây nhân lành, nên hiện tại đang hưởng quả tốt, mặc dầu họ đang làm những việc xấu.

Nói cho dễ hiểu, ta có thể tóm tắt những việc trên như sau:

Người nhân hậu nhưng vẫn gặp tai ương ví như người bỏ tiền trong ngân hàng nhưng chưa sinh lời. Vì tiền lời được trừ vào vốn đã mượn trong thời gian quá khứ. Ngược lại người ác vẫn gặp chuyện lành, ví như người để tiền trong ngân hàng nhiều năm, bây giờ chỉ lo hưởng lợi, do vậy mà sung sướng, nhưng khi hưởng xong, không lo tu phước tiếp thì quả xấu sẽ đến thay thế vào đó. Đây mới chính là nhân quả mà Đạo Phật hay Đức Phật muốn nhắc đến cho chúng ta hiểu để hành trì.

Câu chuyện thứ hai cũng xảy ra tại Ấn Độ. Đây là nội dung của câu chuyện:

"Có một cặp vợ chồng người Bà La Môn sinh được một người con trai. Khi con khôn lớn, cha mẹ muốn con tu hạnh thanh tịnh và trở thành một giáo sĩ của Bà La Môn giáo. Cậu con trai được giáo dục trong một môi trường rất tốt và dĩ nhiên cậu ta có nhiều cơ hội để học hỏi qua kinh điển và sách vở để tìm hiểu những điều chân thiện mỹ, nhưng cái học của cậu ta không dừng lại ở đó, cậu còn muốn học hiểu xa hơn nữa. Do vậy mà cậu ta được cho đến học với một Giáo sĩ Bà La Môn khác danh tiếng ở trong làng. Khi đến học, cậu ta rất chăm chỉ ngồi thiền, luyện nội tâm, quán chiếu ngoại cảnh v.v... Chẳng bao lâu cậu ta thông suốt kinh sử của Bà La Môn giáo, nên Thầy dạy học lại cho về nhà. Khi về đến nhà cha mẹ cậu ta han hỏi đủ điều về sự học vấn cũng như sự tiến bộ của nội tâm. Cậu ta từ từ trả lời thông suốt. Cuối cùng bà mẹ hỏi cậu ta rằng: Mẹ thấy con đã nhắc qua những loại kinh con đã học, nhưng con đã học về loại kinh tình yêu chưa con? Người con nghe thế mới hỏi lại mẹ mình rằng:

- Bộ có bộ kinh đó sao mẹ? Sao con không nghe Thầy con nói?

- Làm sao không có được. Có lẽ Thầy con chưa dạy cho con đó. Thôi con hãy nghỉ đây vài ngày và hãy trở về lại nơi Thầy con, để học nốt bộ kinh ấy đi. Sau khi học xong, con hãy trở về lại đây với cha mẹ.

Người con vâng lời mẹ, lại một lần nữa khăn gói lên đường. Khi đến nhà vị Thầy cũ, ông ta ngạc nhiên hỏi tại sao còn trở lại đây. Vì những loại kinh căn bản ông ta đã dạy hết rồi. Cậu ta tình thiệt trình bày với Thầy mình rằng: Mẹ cậu ta bảo phải trở lại đây học nốt về bộ kinh tình yêu mới xong bổn phận.

Thực sự ra thì không có bộ kinh nào gọi là kinh tình yêu hết cả, nhưng nếu cậu muốn, thôi thì ta sẽ dạy cho.

Nguyên là vị Thầy Bà La Môn này có một người mẹ già 120 tuổi. Ngày ngày ông ta săn sóc cho mẹ rất chu đáo. Nào tắm giặt, rửa ráy thân thể cho mẹ, đút cơm, hầu cháo khi trái gió trở trời. Tất cả đều chỉ vì mẹ và là một tình thiêng liêng mẫu tử, nhưng khi nghe người học trò này muốn học về kinh tình yêu nên ông ta mới bảo rằng:

- Mẹ ta già 120 tuổi, ta vẫn thường chăm sóc hằng ngày. Ngươi hãy thay ta tắm rửa, bồng ẩm mẹ ta, thay thế ta để học hỏi về bộ kinh quan trọng này.

- Không có gì khó khăn cả. Người học trò trả lời thế. Rồi cậu ta ngày lại tháng qua làm công việc của Thầy mình đã làm cho bà lão.

Một hôm lão bà phụng phịu kề bên tai cậu học trò của con mình, bà ta nói rằng: Ta yêu ngươi. Khi mới nghe đến đó, người học trò choáng váng mặt mày. Vì mình chỉ xứng vai cháu con thôi, làm sao có thể nghĩ đến việc ấy. Vả lại bà ta đã quá già, làm sao có thể nói chuyện yêu đương như vậy được. Người học trò sợ sệt và trả lời rằng:

- Con đâu dám thế. Vì lẽ con cũng chỉ làm một bổn phận thôi, con thay thế cho Thầy của con mà.

- Không sao cả. Bà lão bảo thế.

- Nhưng Thầy con thì sao? Mặt mũi nào con gặp Thầy con?

- Không sao cả. Con hãy giết quách nó đi.

- Nhưng người ấy là Thầy con mà. Đã dạy cho con nên người như ngày hôm nay.

- Có sao đâu, giết đi là yên chuyện. Nếu ngươi không giết thì ta sẽ giết con ta. Bà lão trả lời trong sự phều phào như thế.

Người con là một người liễu đạo và biết rằng căn cơ của mẹ mình và nghiệp lực đã chiêu cảm nặng nề về tình yêu như thế, nên ông ta mới bảo cho người học trò rằng:

- Con hãy lấy một trái bí thật tròn giả làm cái đầu của ta và hãy vào vườn chặt một cây chuối, giả làm thân hình của ta, chặt hai tàu lá giả làm 2 cánh tay của ta. Xong đâu đó đem những vật này lên để trên giường của ta, phủ khăn chiếu lại như ta đang ngủ bình thường, sau đó hãy ra báo cho ta biết.

Sau khi làm xong, người học trò báo cho Thầy mình biết và Thầy cũng cho người học trò biết rằng cũng chính hôm nay mẹ ta sẽ chết và tâm thức ấy sẽ đi đầu thai vào 6 nẻo luân hồi do chữ ái mà ra.

Người học trò trở lại giường bà lão. Bà ta hỏi cậu học trò rằng:

- Thế con ta ở đâu rồi?

- Thưa bà, Thầy con đang ngủ trên giường.

- Ngươi hãy lấy cho ta một cái búa.

- Lấy làm gì vậy?

- Thì ngươi không giết nó, ta phải giết nó để chúng ta có tình yêu, khỏi sợ dị nghị.

Người học trò điếng hồn, nhưng cũng phải đi tìm cái búa cho bà lão. Bà ta bò lại giường người con và dùng hết sức bình sinh để giáng xuống cổ của người con. Khi ấy khúc chuối đứt ngang. Bà ta cũng vừa tắt thở. Vị Thầy Bà La Môn mới bảo người học trò rằng: Đó là kinh tình yêu vậy.

Qua câu chuyện này chúng ta thấy có nhiều khía cạnh khác nhau.

Khía cạnh thứ nhất là khía cạnh về nghiệp ái. Khi đã yêu thì chẳng luận gì già trẻ. Vì nghiệp ái là nghiệp chính trong 12 nhân duyên của nhà Phật. Từ Vô Minh cho đến hành, thức, danh sắc, lục nhập, thụ, xúc, ái, thủ, hữu, sanh, lão, tử. Đây là 12 mắc xích. Muốn đoạn vô minh không phải dễ. Vì trí tuệ đâu có mà đoạn vô minh. Chỉ có ái là dễ đoạn nhất. Nhưng như trên đã nói, nghiệp ái không đơn thuần. Tuy không có hình hài nhưng nó đã trói buộc biết bao tao nhân mặc khách. Vì thế Nguyễn Công Trứ, một thi sĩ Việt Nam đã nói về cái tình như sau:

"Cái tình là cái chi chi
Dẫu chi chi cũng chi chi với tình
Đa tình là dở
Đã mắc vào đố gỡ cho ra
Khéo quấy người một cái tinh ma
Trói buộc kẻ hào hoa biết mấy
Đã gọi người nằm thiên cổ dậy
Lại đưa hồn lúc ngũ canh đi..."[1]

Người chết một ngàn năm dưới mồ mà khi nghe về chữ tình cũng lòm còm ngồi dậy. Ôi! Đấy mới thật là tình yêu và ái nghiệp. Có ai liễu ngộ được chăng? Hay bao nhiêu người đã ra, rồi cũng có lắm kẻ đang phát nguyện lội vào để trả nợ xưa và gây nợ mới.

Khía cạnh thứ hai, điều đặc biệt muốn nói ở quyển sách này là về cận tử nghiệp và sự tái sanh. Khi lão bà này chết, chắc chắn thần thức chỉ nghĩ đến chuyện yêu đương và giết hại. Tình yêu không dừng lại ở đâu cả. Vì nếu tâm mình không tự dừng lại thì ở tuổi tác nào, ở cương vị nào, ở thời điểm nào, thứ ma lực này cũng sẽ quyến rũ mình vào cạm bẫy của khổ đau. Cũng giống như làn sóng điện, cái này phát ra, cái kia thu vào tùy theo tần số và tùy theo chu kỳ của mỗi sự việc, thì ở đây sự tái sanh vào chốn nào cũng đơn giản dễ hiểu thôi. Điều quan trọng nơi Đạo Phật không phải chỉ là sự hiểu biết mà còn phải tri hành hợp nhất, để hướng cái tâm ấy đi vào nẻo thiện và cố vượt ra khỏi sự sanh tử luân hồi. Ấy mới là điểm chính của Đạo Phật.

Ở Ấn Độ, vấn đề tái sinh còn rất nhiều. Ngay cả thời Đức Phật còn tại thế hay dẫu cho đến ngày nay, người Ấn Độ chấp

---

[1] Chữ Tình - Thơ Nguyễn Công Trứ.

nhận một cách rất dễ dàng và rất phổ cập trong dân chúng. Bây giờ chúng ta đi xa hơn một chút nữa, hướng về Trung Quốc, nơi đó Phật Giáo cũng đã có mặt gần 2.000 năm lịch sử và những mẩu chuyện tái sanh cũng rất nhiều, nhưng nơi đây chỉ đơn cử 2 mẩu chuyện căn bản mà thôi.

Chuyện thứ nhất kể về Bố Đại Hòa Thượng và những việc tiên đoán của Ngài qua con mắt trí tuệ. Chuyện rằng:

Vào thế kỷ 10 có một vị Hòa Thượng thường hay ngao du sơn thủy, đi đến đâu cũng xin ăn và hát những bài hát khó hiểu. Con nít thường hay bu quanh Ngài để xem và nhiều khi còn chọc ghẹo Ngài nữa. Nhưng không sao, Ngài vẫn từ bi và mỗi khi xin được tiền hay thức ăn đều gọi chúng tới ăn chung. Dần dà trở thành thân thiện.

Ngài có hình dáng to lớn, bụng bự và trên vai quảy một cái đãy thật lớn để chứa thức ăn cũng như dụng cụ cá nhân. Mỗi lần trẻ con đến với Ngài, Ngài đều dạy chúng niệm Phật. Mấy lần đầu, nếu trẻ nào niệm được nhiều câu Phật hiệu, Ngài sẽ cho tiền chúng. Chúng ham niệm Phật để có tiền, nhưng sau dần thành thói quen, không có tiền chúng vẫn niệm Phật. Một hôm, có một đám cưới đi ngang qua trước nơi Ngài ngồi thiền. Ngài liền cười nhiều tràng không dứt, khiến cho mọi người bảo rằng: Lão Hòa Thượng khùng. Ngài không nói chi và chỉ lo cười mãi. Đoạn có người tò mò có vẻ thân thiện đến hỏi cớ sao Ngài cười. Ngài bảo rằng: Ta nực cười cho cái đám cưới kia. Vì chúng giết cha, cưới bà cho cháu. Người kia nghe không hiểu và nhờ Ngài giải thích cặn kẽ dùm. Làm sao có chuyện "giết cha cưới bà cho cháu" được. Việc ấy là thế nào? Ngài ung dung ngồi kể lại sự việc:

"Ta thấy rằng chúng sanh có mắt cũng như mù. Vì lẽ tất cả những hành nghiệp gây ra trong đời này đều do vô minh che đậy, không thấy đâu là chánh, đâu là tà. Nguyên là như thế này: Cô dâu sắp cưới đó chính là bà nội của chú rể. Vì đi đầu thai xa nên không biết, nhưng cũng vì có ân nghĩa nhiều đời, nên nay lại phải làm vợ và cũng tại nhà kia, nhân đám cưới ấy có giết một con heo. Con heo đó chính là cha của chú rể này đã đầu thai vậy."

Câu chuyện nghe như hoang đường, nhưng đó là sự thật đối với những bậc giác ngộ có trí tuệ. Còn đối với chúng sanh vì vô minh che đậy thì không thể giải thích được. Nếu có nói, họ cũng không tin. Ở đây có thể nêu ra 2 vấn đề:

Vấn đề thứ nhất là sau khi chết, con người có thể đầu thai làm người trở lại mà cũng có khi làm con vật như câu chuyện trên đã diễn tả. Thành người, nếu cận tử nghiệp có nhân duyên trở lại làm người. Thành vật, nếu nhân duyên của cận tử nghiệp đến, phải chấp nhận như thế. Điều này có liên quan với câu chuyện chấp tướng và bị lệ thuộc vào người thân của mình như sau:

Có một vị Tăng sĩ được mời đến một nhà quàn để tiếp dẫn cho vong linh người đã mất. Tại nhà quàn bao nhiêu quan tài đều để ngang nhau, có tính cách bình đẳng khi chết. Trước mỗi quan tài có để tên của người mất để thân nhân dễ nhận diện.

Khi gia đình ấy cùng vị Tăng sĩ vào phòng thứ nhất, gia chủ thấy không phải, cười và đi tiếp phòng thứ hai. Tại đây cũng thế, mọi người đều cười, nhưng đến phòng thứ ba, sau khi đọc tên xong, mọi người đều khóc. Tại sao vậy? Câu trả lời đơn giản rằng: Vì đó là người thân của mình. Điều ấy đúng, nhưng còn hạn hẹp lắm. Vì chính chỗ chấp có, chấp tướng và bị sự liên hệ này mà chúng sanh cứ mãi mãi ở trong vòng luân hồi sanh tử vậy. Sự chết, tất cả đều giống nhau, nhưng ai liên hệ mới bị khổ đau. Nếu nhìn từ Đức Phật và các bậc giác ngộ, thì sự khổ không riêng cho một ai, nhưng chúng sanh vì sự hiểu biết còn giới hạn, do vậy mà vẫn còn lặn hụp mãi mãi nơi lục đạo này. Cũng chính sự liên hệ này mà lúc làm chồng, làm cha, lúc làm con, lúc làm cháu v.v...

Khía cạnh thứ 2 ở câu chuyện đám cưới nhắc cho chúng ta

thấy rằng: Sau khi chết, con người không nhất thiết phải trở lại làm người, mà có thể làm thú. Vì lẽ tâm của người ấy khi chết gắn chặt vào hành nghiệp của thú, nên mới đầu thai làm con heo ở nhà nọ và cũng chính con heo kia bị làm thịt để lo cho ngày vui của chú rể. Khi cô dâu vui bên chú rể, cũng có thể là tình thương của kiếp trước còn lại và bây giờ đã biến thành tình yêu để bà cháu bên nhau mà không hề hay biết gì cả.

Cuộc đời này tất cả giống như một giấc mộng, nhưng nhiều người vẫn không chấp nhận. Nhiều lúc lấy mộng làm thật và cũng có khi lấy thật làm mộng. Ví dụ trong đêm tối chúng ta mộng thấy nhiều cảnh đẹp, giàu sang hay ngay cả những mộng ác, lúc ấy trong tâm rất sung sướng hoặc sợ sệt, nhưng khi tỉnh mộng rồi, tất cả đều bình thường. Đó là đêm, dụ cho màn vô minh đối với chúng sanh. Còn ban ngày đối với chúng ta, ăn uống, ngủ, nghỉ, làm việc, học hành, yêu đương, thi thố tình thương v.v... tất cả chúng ta cho là thật, nhưng trên thực tế, đối với các bậc đã giác ngộ, nó cũng chỉ là giả danh mà thôi. Vì cái gì còn hình tướng, tức cái ấy đều hư vọng cả. Nếu ai ai cũng ý thức được như vậy, chắc chắn cảnh khổ không còn nơi thế gian này nữa, nhưng hầu như ngày nay, còn ngược lại là khác. Chúng ta để cho vật chất làm chủ tâm mình, sai khiến ông chủ này phải làm nô lệ cho mọi tiện nghi để được sung sướng, nhưng đâu biết rằng chúng sẽ lừa ta đi vào con đường tội lỗi.

Câu chuyện thứ hai có tính cách cao thượng hơn, giải thoát hơn, cũng xảy ra tại Trung Quốc, xin ghi ra đây để quý vị độc giả lãm tường. Chuyện này rút ra từ quyển "Tây Phương Du Ký" của Ngài Khoan Tịnh Hòa Thượng. Ngài là một bậc tu hành đạo cao đức trọng ở Trung Quốc. Suốt đời Ngài ở ẩn trên núi cao, chuyên tâm niệm Phật A Di Đà để cầu nguyện vãng sanh. Đặc biệt Ngài hay tụng kinh Lăng Nghiêm và trì kinh Pháp Hoa, chỉ mong ước gặp được Đức Quán Thế Âm Bồ Tát.

Một hôm Ngài đang niệm Phật thì có một Lão Tăng đến rủ Ngài ra đi, Ngài vâng lời ra đi cùng Lão Tăng và từ từ Ngài có cảm giác khác lạ, thần thức của Ngài bay bổng lên không trung, dường như không cần sự cố gắng nào nữa, Ngài chỉ lâm râm niệm thần chú. Thế là Ngài được đến các tầng trời của chư thiên, sau đó đến cảnh giới của trời Đẩu Suất và cuối cùng Ngài đã đến được cảnh giới của Đức Phật A Di Đà, đã gặp Đức Quán Thế Âm Bồ Tát qua việc hóa thân là một Lão Tăng, đã đưa Ngài Khoan Tịnh về thế giới Cực Lạc này. Đức Đại Thế Chí Bồ Tát và các vị Bồ Tát khác Ngài cũng đã diện kiến. Đặc biệt ở thế giới Cực Lạc, Ngài đã gặp Ấn Quang Đại Sư và ở cõi trời Đẩu Suất, Ngài đã gặp Hư Vân Đại Lão Hòa Thượng.

Sau một thời gian ngắn mấy chục ngày ở cõi trên, Ngài về lại trần gian thì thấy cảnh vật đã đổi thay khá nhiều, ai cũng già đi hàng chục tuổi và hang động nơi Ngài tu, ngày nay cũng bị chôn vùi với cây cỏ. Đây là câu chuyện có thật do một bậc Đại Tăng Trung Quốc thuật lại. Đó là Ngài Khoan Tịnh Hòa Thượng. Khi nghe câu chuyện này dĩ nhiên là có người tin và có lẽ cũng không tin, nhưng tin hay không là quyền của mỗi người. Thế mà ở đời có nhiều sự thật ngoài những sự thật đang có. Nếu dùng con mắt bình thường ít người sẽ hiểu thấu được. Chỉ có con mắt trí tuệ mới có thể nhận rõ nguồn cơn.

Về Trung Quốc, 2 câu chuyện trên tiêu biểu cho một vấn đề. Nghĩa là sau khi chết không phải là hết, mà còn đi tái sanh nữa. Ngoài ra con người cũng có thể sanh về thế giới cao hơn, nếu trong đời này nhất tâm niệm Phật, trì chú, để khi lâm chung sẽ được vãng sanh về nước Cực Lạc.

Sau đây là 2 câu chuyện Việt Nam tiêu biểu về việc tái sanh. Một chuyện liên quan với Trung Quốc và một chuyện xảy ra ở Việt Nam vào đầu thế kỷ thứ 20 này.

Chuyện kể rằng:

Vào những năm tháng xa xưa khi mà Việt Nam và Trung Quốc còn bang giao chặt chẽ. Lúc bấy giờ nhà Minh sang đô hộ nước Việt Nam, do vậy mà họ đã bắt đi rất nhiều người Việt

Nam tài giỏi sang Trung Quốc để xây dựng Tử Cấm Thành ở Bắc Kinh bây giờ. Ngày nay người Trung Quốc không nhắc tới ai là Kiến trúc sư của Tử Cấm Thành tại Thiên An Môn, nhưng người Việt Nam thì luôn tự hào rằng: Đó là một người Việt Nam. Trong số những người sang Trung Quốc đó cũng có những vị Tăng sĩ Việt Nam tài giỏi và khi qua Trung Quốc, không biết vì quốc thể hay vì lời nguyện, có một vị Tăng Việt Nam phát nguyện rằng sẽ làm vua Trung Quốc. Trước khi vị Tăng viên tịch có báo cho mọi người biết rằng trên mình Ngài có một bớt son bên tay phải. Sau một năm nếu Hoàng Hậu đương triều mang thai mà đứa trẻ có một bớt son như thế thì đúng là Ngài tái sanh. Quả thật như vậy, sau khi sanh Hoàng Tử, mọi người trong cung cấm đều đồn nhau biết rằng: Thái Tử có điềm lạ như thế. Vị Hoàng Tử ấy sau này lên làm vua lấy hiệu là Càn Long.

Câu chuyện này thực hư thế nào thì không rõ, nhưng qua một lời nguyện của một vị Đại Tăng. Việc ấy đã trở thành sự thật. Điều ấy chứng tỏ rằng, qua con mắt trí tuệ chứng đắc của vị Sư người Việt Nam, đã báo cho mọi người biết là việc gì sẽ xảy ra một năm sau đó. Nếu điều ấy sai, hẳn việc ấy đã trở thành thêu dệt, nhưng điều ấy đã đúng. Vậy chúng ta có nên tin chăng?

Câu chuyện thứ 2 xảy ra cho một người đàn bà Việt Nam tại tỉnh Mỹ Tho. Câu chuyện được chính đương sự kể lại trong quyển sách "Cô Ba Cháo Gà", như sau:

Bình sinh bà ta làm nghề bán cháo gà. Mỗi sáng sớm bà cắt cổ gà, nhổ lông, luộc gà và sau đó là nấu cháo. Đoạn mang ra chợ bán, đến trưa hoặc xế bà lại đi mua gà, để ngày mai còn làm thịt tiếp, đem ra chợ bán nữa. Cứ thế và cứ thế, ngày lại tháng qua bà sinh sống với nồi cháo gà. Sáng mang cháo ra chợ bán, chiều quảy gánh về. Một hôm nọ bà bị bịnh thật nặng, thân thể yếu đuối, thần thức bị vua Diêm Vương và quỷ sứ dẫn đi xuống nhiều cửa ngục khác nhau. Đến đâu bà cũng bị những con gà đến đòi mạng. Nhiều nơi còn có quỷ dữ muốn hại mạng bà. Sau khi đi hết 9 tầng địa ngục và nhiều cửa ngục khác nhau, bà hối hận lắm nên mới phát tâm làm lành lánh dữ và quyết chừa bỏ mọi lỗi lầm. Do vậy mà thần thức của bà trở lại dương thế, nhập vào hình hài đang nằm thoi thóp trên giường bệnh. Sau thời gian tịnh dưỡng bà nhớ lại mọi chi tiết của câu chuyện trên, bà thuật lại cho mọi người biết và chép thành một quyển sách với tựa đề như trên, diễn tả nhiều cửa ngục đã đi qua và những hình phạt sau khi chết.

Đây cũng là một câu chuyện có thật, nhưng khi kể ra cũng ít người tin. Vì thông thường "chưa thấy quan tài, chưa đổ lệ" là vậy. Mà nếu có đổ lệ cho người thân, cho gia đình lúc ban đầu, rồi chẳng bao lâu lại quên đi. Vì nghiệp thức của chúng sanh bản chất là vô minh nên hay quên những gì được gọi là tội lỗi, mà cũng chẳng nhớ những gì gọi là thánh thiện nơi tâm thức của mình lâu bền hơn.

Trên đây là 6 câu chuyện, 2 câu chuyện xảy ra tại Ấn Độ, 2 câu chuyện tại Trung Quốc và 2 câu chuyện tại Việt Nam. Mỗi câu chuyện mang một màu sắc khác nhau. Giải thoát có, đọa lạc có. Cao thượng có, thấp hèn có. Thánh thiện có mà thấp hèn cũng chẳng phải là không. Tất cả cũng đều đi đến một điểm chung là: Trước khi sinh ra và sau khi chết đi, không phải là không có gì cả, mà trong cái khoảng không to tướng ấy lại có những cái vô hình, mà chính cái này làm nhân cho cái kia tác dụng lên nhau, như lớp sóng này chồng lên lớp sóng khác, cứ thế và cứ thế cuốn tròn trôi giạt vào bờ, rồi lại lùi xa hơn nữa để trở thành những đợt sóng cao hơn, lớn hơn và lan rộng xa hơn, để làm cho sinh linh mãi mãi chìm ngập nơi cõi luân hồi. Chỉ có ai muốn tách ra khỏi lớp sóng ấy, vươn mình ngồi dậy, đi thẳng vào đời, xây dựng đạo một cách chơn thành, thì kẻ ấy mới là thức tỉnh, mới là kẻ đáng nói và đáng noi theo.

CHƯƠNG II

QUAN NIỆM VỀ SỰ SỐNG VÀ CHẾT ĐỐI VỚI NGƯỜI VIỆT NAM

Người Việt Nam thường hay quan niệm rằng: "Sống Gởi Thác Về". Họ chỉ nói đơn giản thế thôi. Câu nói chỉ có 4 chữ ấy bao gồm một triết lý sâu xa của Đạo Phật. Đầu tiên nói về ý niệm vô thường của cuộc sống. Sau đó cho biết cuộc sống này trước đó đã có sự sống và sau khi chết lại còn sự sống khác tiếp tục nữa.

Đức Phật đã dạy về vô thường, khổ, không và vô ngã, nhưng chấp nhận lời dạy ấy phải trải qua hàng ngàn năm người ta mới hiểu và hành trì được. Vì một triết lý cao siêu như thế không đơn giản để hội nhập vào một dân tộc chỉ trong vòng một thời gian ngắn mà có được. Vô thường, vì cuộc sống này không chắc thật, nên gọi là gởi. Chữ gởi ở đây cũng có nghĩa là tạm bợ thôi. Gởi thân này ở cõi trần thế 10 năm, 20 năm, 50 năm hay dẫu cho đến một trăm năm đi chăng nữa, cũng chỉ là một cuộc sống tạm bợ thôi, không có gì chắc thật hết. Nhưng sau khi chết, người Việt Nam nói chung và người Phật tử nói riêng đều mong muốn trở về. Vậy họ sẽ trở về đâu? Ở đây là một thế giới vô hình. Có thể về lại nguyên thỉ của đất trời vạn vật, mà cũng có thể về với Phật, với Thánh, với Tiên. Hay gần hơn nữa là về với Ông Bà Tổ Tiên.

Trong Thiền Tông có một công án hay cho các Thiền sinh phải thực tập suy nghĩ rằng: "Trước khi cha mẹ chưa sinh ra, ta là ai?" Câu hỏi này khiến cho người học đạo phải đập nát vỏ vô minh mới có thể khám phá ra chân lý được. Do vậy, người bình dân chỉ nói chung chung và hiểu tổng quát thôi, chứ không đi vào từng chi tiết cụ thể.

Mọi người Việt Nam đều quan niệm rằng có một cái gì đó trước khi cha mẹ sinh ra mình. Cho nên người Việt Nam cũng thường hay nói: Cha mẹ sinh con, trời sinh tánh. Điều ấy đúng, nhưng chữ trời ở đây dùng để chỉ cho những đấng tối cao, cao hơn trên đầu của loài người, chứ không nhất thiết phải là một vị giáo chủ của các tôn giáo khác. Họ tin rằng cha mẹ chỉ là một cái nhân tác hợp để sinh ra một người con với trọn vẹn vóc dáng, hình hài, nhưng cha mẹ chắc chắn rằng không thể sinh được tinh thần của người con. Mà cái tánh ấy, chính là sự tái sanh của một kiếp luân hồi nào đó.

Sự sống của chúng ta giống như một cái bóng đèn. Bóng đèn ấy có nhiều hình tướng khác nhau như dài, ngắn, tròn, vuông. Hoặc giả có nhiều màu sắc khác nhau và độ sáng cũng có nhiều mức độ khác nhau, nhưng đến một hôm nào đó bóng đèn này bị hư đi và màu sắc cũng phai nhạt vì trải qua thời gian năm tháng đã sử dụng. Nhìn lại thân thể của chúng ta cũng vậy, đâu có khác gì những bóng đèn kia. Có người có thân hình cao, có người thấp, có người đẹp, có người xấu v.v... nhưng tất cả đều là thân thể của một con người. Bóng đèn hư cũng có nghĩa là thân thể con người phải mất. Nhưng chắc chắn một điều là dòng điện vẫn còn tồn tại cũng như tâm thức không thể mất hẳn đi được. Vì lẽ, nếu thay một bóng đèn khác thì bóng đèn lại sáng. Cũng như thế ấy khi tâm thức va chạm với sự ước muốn của đối phương, tâm thức ấy sẽ nhập vào và trở thành cái đối tượng sẽ có tiếp tục, có thể là người, có thể là động vật, mà cũng có thể sinh ra vào những thế giới khác ngoài con người. Tất cả đều do những nguyên nhân của chúng ta đã tự tạo từ kiếp này hay kiếp trước mà thôi.

Như vậy có thể nói rõ ra rằng: Không ai tự sinh, mà cũng không ai tự diệt cả. Tất cả đều lệ thuộc vào nhân duyên của một việc hay một sự việc. Vì lẽ ấy mà cụ Nguyễn Du cũng đã diễn tả trong truyện Kiều rằng:

*"Có trời mà cũng tại ta,
Tu là cội phúc, tình là dây oan."*

Ta sống ở đây giữa đất trời bao la của thế giới, ta là nhân chứng của mọi vật, ta cũng có thể cao thượng, mà ta cũng có thể yếu hèn như bao nhiêu sinh linh khác. Chỉ có con đường tu tâm dưỡng tánh mới là con đường phúc đức. Ngoài ra những chuyện tình lẩm cẩm của thế gian đều là những sợi dây oan trái cột chặt cuộc đời mình vào những nỗi khổ triền miên không lối thoát ấy. Dầu cho đó là mối tình vương giả của vua chúa hay mối tình của những kẻ lãng tử không nhà không cửa đi chăng nữa, tất cả cũng chỉ là những sợi dây oan nghiệt của cuộc sống mà thôi.

Nhưng ở đời mấy ai được toại nguyện với cuộc sống của mình? Ở bất cứ một hoàn cảnh nào, một địa vị nào trong xã hội đi chăng nữa, họ cũng không thỏa mãn. Nếu nguyện ước không thành, họ đâm ra trách trời, trách người, nhưng chưa ai tự trách mình để thấy rằng việc gì cần phải làm ngay. Bởi thế trong truyện Kiều, một tác phẩm bằng thơ dài hơn mấy ngàn câu theo tinh thần Tam giáo Phật, Lão, Khổng, cụ Nguyễn Du cũng đã kết luận như sau:

*"Đã mang lấy nghiệp vào thân
Cũng đừng trách lẫn trời gần trời xa
Thiện căn ở tại lòng ta
Chữ tâm kia mới bằng ba chữ tài
Lời quê góp nhặt dông dài
Mua vui cũng được một vài trống canh."*

Người nào biết an phận với cuộc sống của mình và nghĩ rằng kết quả của sự sống ngày hôm nay là do chính mình đã gây tạo từ nhiều đời nhiều kiếp, thì người ấy sẽ an lạc mà tiếp tục đoạn hành trình còn lại. Nếu kẻ nào không biết chân lý này, dầu có sống trên nhung lụa, vật chất dư thừa, họ vẫn cảm thấy thiếu và thấy đau khổ như thường. Chúng ta khi gặp hoạn nạn, hay trách trời, trách người, nhưng rất hiếm người tự trách mình. Câu này có nghĩa là hãy tự quán chiếu nội tâm của mình. Phải nhìn vào bên trong mới biết mình là ai, chứ cứ nhìn mãi bên ngoài thì chỉ hiểu người khác mà sẽ không bao giờ hiểu được chính mình.

Cái căn lành ấy đã sẵn có nơi tâm của mình rồi, không nên chạy đi tìm kiếm ở nơi nào xa xôi nữa. Dầu người nào có lịch lãm trên chiến trường hay thương trường, kịch trường đi chăng nữa, đến một ngày nào đó cũng phải gác kiếm từ quan thôi. Cái tài thao lược nó có giới hạn của tuổi tác. Còn cái tâm nó lại thay đổi qua rất nhiều giai đoạn của cuộc đời, ngay cả trước hoặc sau khi sinh ra. Do vậy mà hãy lo tu sửa cái tâm này.

Nguyễn Công Trứ, một vị tướng, một nhà thơ lớn của Việt Nam sau khi thể nghiệm cuộc đời đã đưa ra được những tư tưởng sống như sau:

Tri túc, tiện túc, đãi túc hà thời túc
Tri nhàn, tiện nhàn, đãi nhàn hà thời nhàn

Nghĩa là:

Biết đủ liền đủ, chờ đủ sẽ không bao giờ đủ
Biết nhàn liền nhàn, chờ nhàn sẽ không bao giờ nhàn.

Đây là tư tưởng của Nho giáo đã ảnh hưởng vào tâm trạng của sĩ phu cũng như nhân dân Việt Nam trong cuộc sống hằng ngày. Người nào biết đủ tức biết sống. Vì sự mong cầu không bao giờ có điểm cuối cùng. Tư tưởng này của Nho gia cũng tương hợp với Phật Giáo. Do vậy mà Đạo Phật khi được truyền vào Việt Nam đã được dân tộc Việt Nam chấp nhận một cách dễ dàng. Nhìn về các xứ có đời sống vật chất tân tiến như Âu Châu và Mỹ Châu, từ đó chúng ta cũng có thể nhìn qua tận các xứ nghèo nàn của Phi Châu hoặc một phần đất của Á Châu. So sánh giữa người nghèo và người giàu, cách sống và nhân cách của con người ở những nơi ấy ra sao?

Tại Mỹ Châu và Âu Châu người ta có một cuộc sống đầy đủ về vật chất, nếu không nói là dư thừa, nhưng con người có hài lòng với hiện tại không? Mọi người đều đi tìm cái gì lợi ích hơn, sung sướng hơn, giàu có hơn, tiện nghi hơn v.v... nhưng tất cả cũng chỉ để cung phụng cho tấm thân tứ đại giả hợp này mà thôi. Trong khi đó thì tâm hồn họ hầu như rỗng tuếch. Niềm tin về tôn giáo bấp bênh, tâm trí bị rối loạn, nhiều cuộc tự sát đã xảy ra, luân lý đạo đức, học đường bị suy đồi một cách trầm trọng. Đó là cái giá phải trả khi con người sống chạy theo đà văn minh vật chất.

Nhìn về các dân tộc đói khổ khác của Phi Châu hoặc một vài nước tại Á Châu, chúng ta thấy họ khổ sở về vật chất, nhưng lúc nào trên môi của họ cũng nở một nụ cười khoan dung, độ lượng, trong khi đó tại Âu Mỹ tìm những nụ cười như thế rất là hiếm. Mặc dầu họ nghèo về vật chất, nhưng nội tâm của họ rất phong phú. Vì trong họ còn chứa cái gì đó có tính cách uyên nguyên thuộc về đất trời vạn hữu.

Người Việt Nam cũng khổ đau không thua gì các dân tộc trên thế giới. Suốt gần một thế kỷ 20 này, người Việt Nam đã bị chết bởi chiến tranh chừng 11.000.000 người, đồng thời cũng sanh ra gấp 3 hay 4 lần thư thế. Cái khổ về vật chất và cả tinh thần lại tăng lên nhiều lần hơn nữa, nhưng người Việt Nam cũng phải biết quên đi quá khứ mà sống. Nếu cứ níu kéo lại quá khứ, chẳng khác nào đi tìm một vật, biết rằng không thể nào tìm được, nhưng vẫn đi tìm. Đó là điều vô nghĩa vậy.

Trong dân gian Việt Nam cũng có một quan niệm sống rất đơn giản là: Ở hiền, gặp lành. Cũng chỉ 4 chữ như "Sống gởi thác về" như bên trên đã trình bày, nhưng đây là một triết lý sống của dân tộc. Vì nếu trong đời trước hoặc đời này ăn ở hiền lành phước đức, thì chính đời này hoặc đời sau sẽ gặt hái được những thành quả tốt đẹp về mọi mặt trong cuộc sống. Điều này cũng ứng hợp với câu "Thiện hữu thiện báo, Ác hữu ác báo" trong kinh điển nhà Phật. Nghĩa là làm việc lành sẽ được quả báo tốt và làm việc ác sẽ bị quả báo xấu.

Người Việt Nam và có lẽ mọi người trên thế giới cũng đều hiểu như thế, nhưng thực hành đúng theo lời dạy đạo đức này, mỗi dân tộc lại có cách làm khác nhau. Có người vì vô minh che khuất mà hành động một cách mù quáng để thủ lợi về mình. Có người vì áp lực phe nhóm mà phải làm những điều trái với lương tâm đạo đức, nhưng tất cả đều không qua chữ nghiệp và lòng ham muốn của con người không biết dùng đúng chỗ. Cũng may là thế gian này còn có học đường, còn có tôn giáo, còn có luật pháp. Nếu không, có lẽ thế giới này sẽ đi vào một cơn đại nạn biến thiên của lịch sử ghê gớm lắm, chưa từng thấy xảy ra.

Nhìn về quá khứ, con người sống nơi rừng sâu núi thẳm. Tuy vật chất không phát triển khả quan như ngày hôm nay, nhưng tâm hồn ai ai cũng thảnh thơi trong sáng, sống hòa hợp với thiên nhiên. Còn bây giờ cuộc sống ở thị thành quá đầy đủ tiện nghi, nhưng nhìn qua nhìn lại mỗi người đều sống trên một hải đảo cô đơn xa lạ, mặc dầu là vợ chồng, con cái sống trong một gia đình với nhau. Họ gần nhau trong gang tấc, nhưng tâm thức thì xa nhau trong muôn vạn dặm.

Trong bất cứ ngôi chùa nào của Việt Nam cũng đều có thờ ông Thiện và ông Ác. Ông Thiện có trách nhiệm phò hộ, giúp đỡ cho những người sống ngay thẳng trung trực. Ông Ác sẽ trừng trị những người sống ngoài vòng pháp luật và đạo đức. Khi mà nền văn minh nhân bản của nhân loại chưa đạt đến những sự tinh tế của luật pháp như ngày hôm nay, thì tư tưởng thưởng phạt của các tôn giáo cũng là một cán cân công lý để nghiêm trị những người không đi đúng theo con đường đạo đức.

Người Việt Nam sống một đại gia đình, nhiều khi gồm cả 5 thế hệ cùng cư ngụ dưới một mái nhà, nên gọi là ngũ đại đồng đường. Đó là ông bà cố, ông bà nội, cha mẹ, con cái và cháu chắt. Sống như thế thể hiện được một tinh thần cộng hữu và dễ cảm thông nhau hơn. Chia sẻ những khó khăn khi một thành viên trong gia đình gặp phải. Ví dụ như khi đau ốm hay bận việc.

Xã hội Á Châu, nhất là xã hội Việt Nam tất cả đều sống về nông nghiệp, nên ruộng đồng là chính. Họ tự canh tác bằng sức lao động để sống, để nuôi bản thân và gia đình. Có thể họ xem gia đình là một quốc gia thu hẹp. Nơi ấy không có tiền trợ cấp xã hội khi bị thất nghiệp hoặc tiền trợ cấp thuốc men, nhưng chính con cái của họ là một nguồn tài trợ rất dồi dào. Họ quan niệm rằng: Cha mẹ có công sinh ta ra, khi lớn lên người con ấy phải có bổn phận đi làm lụng và phụng dưỡng cha mẹ cho đến khi già khi chết và rất ít người con nào ở Việt Nam mà không lo phụng dưỡng cha mẹ. Thỉnh thoảng cũng có một số người con bất hiếu, nhưng rất hiếm thấy.

Trong khi đó các xã hội Âu Mỹ thì ngược lại. Ai cũng muốn sống riêng lẽ một nhà, một mình, một xe v.v... tất cả đều thuộc về chủ quyền riêng, ngay cả tiền bạc của vợ chồng. Con cái nuôi lớn lên đến 18 tuổi thì ra ở riêng. Tất cả đều trông chờ vào xã hội. Nếu đứa trẻ ấy biết lập thân, sẽ thành người. Nếu không, sẽ bị hư đốn và là một gánh nặng của xã hội. Đó là gánh nặng đạo đức bị băng hoại.

Các nhà tâm lý học ngày nay cũng xác nhận rằng một đứa trẻ bú sữa mẹ và một đứa trẻ bú sữa bò, khi lớn lên, tình cảm của 2 đứa trẻ này đối xử với mẹ rất khác nhau. Vì cái tình thương và nhân cách sống của mẹ chúng, ảnh hưởng lên chúng rất nhiều. Nói như thế không có nghĩa là chuộng cũ bỏ mới, mà nói ra để rút một bài học kinh nghiệm trong sự sống hằng ngày.

Nhưng đó là xã hội nông nghiệp ngày xưa, nếu trong tương lai xã hội Việt Nam phát triển về công nghiệp và đời sống nông thôn không còn coi trọng nữa, thì cái luân lý đạo đức ấy cũng chẳng khác gì các xã hội Tây Phương trong hiện tại.

Nhìn chung giữa 2 quan điểm Đông và Tây. Ở phía nào cũng có cái tích cực và tiêu cực của nó, nhưng nếu nhìn dưới nhãn quan của Phật Giáo có lẽ dễ kết luận hơn. Nghĩa là dầu sống dưới bất cứ chế độ nào, hoàn cảnh nào, mà con người không biết đủ thì người đó vẫn khổ như thường. Có thể cả 2 mặt, vật chất và ngay cả tinh thần. Ở đây xin nêu ra một câu chuyện cổ dân gian Việt Nam có liên quan đến mọi vấn đề trong cuộc sống cũng như nhân quả của Phật Giáo để người đọc có một cái nhìn cụ thể hơn.

Chuyện kể rằng:

"Có một gia đình nọ có 2 người con trai, khi cha mẹ sắp qua đời, cha mẹ gọi 2 người con đến để chia của, nhưng người anh ỷ thế mình lớn nên lấn hiếp em và giành phần lớn ruộng đất về mình, chỉ chia cho em mình một thửa đất nhỏ trên đó có một cây khế rất sai trái.

Vợ chồng người anh đã giàu có nhờ ruộng đất của cha mẹ để lại mà còn sanh tánh tham lam bỏn xẻn, nên chẳng bao lâu gia đình người anh lại còn có tiền của nhiều hơn. Trong khi đó người em an phận sống với thửa vườn của mình. Bỗng một hôm có một con chim phượng hoàng cực lớn từ đâu đến đậu trên cây khế, ăn sạch những quả khế chín. Người em thấy vậy đứng dưới gốc khế khóc than rằng: *"Nhà chúng tôi chỉ có mỗi cây khế này, nếu chim ăn hết thì biết lấy gì để sống!"* Phượng hoàng nghe như vậy thì vừa ăn vừa nói rằng: *"Ăn một quả khế, trả một cục vàng, may túi ba gang, mang đi mà đựng."* Vợ chồng người em nghe chim nói thôi không than khóc nữa. Hôm sau, phượng hoàng lại đến ăn khế. Ăn xong, chim sà xuống đất bảo người em leo lên lưng để chim đưa đi. Phượng hoàng vượt biển xa, bay qua nhiều vùng đất lạ rồi cuối cùng từ từ đáp xuống một hòn núi, nơi đó chỉ thấy toàn là vàng bạc và kim cương, người em tha hồ chọn lựa. Sau khi nhặt đầy đủ một túi 3 gang tay, phượng hoàng lại mang người em về lại quê hương cũ.

Từ ngày ấy chàng ăn nên làm ra và giàu có hơn cả vợ chồng người anh của mình gấp bội. Một hôm chị dâu của chàng sang nhà chàng thăm chơi, mới lấy làm lạ, hỏi tại sao cậu em chồng giàu có đến thế? Người em thật thà kể lại chuyện mình giàu lên là nhờ cây khế và chim phượng hoàng. Thế là người chị dâu về bàn với chồng mình nên đem ruộng vườn nhà cửa đổi lấy lại cây khế của người em.

Năm sau, đến mùa khế chín, lại thấy phượng hoàng đến ăn. Vợ chồng người anh cũng giả vờ than khóc như người em trước đây, phượng hoàng liền nói: *"Ăn một quả khế, trả một cục vàng, may túi ba gang, mang đi mà đựng."* Khi nghe vậy, người vợ nổi lòng tham liền bàn với chồng, túi chỉ 3 gang đựng sao được nhiều vàng, chúng ta nên may gấp đôi để lấy cho được nhiều.

Thế rồi phượng hoàng cũng chở người anh đi, trải qua các núi đồi trùng điệp, cuối cùng cũng đến ngọn núi có toàn là vàng bạc và kim cương. Sau khi nhặt xong những của quý này vào đầy cái túi 6 gang, chàng còn tìm cách nhét đầy quanh mình những vật quý giá này. Phượng hoàng cũng đưa người anh về lại quê xưa, nhưng vì lẽ vàng quá nhiều, bay đến nửa đường thì không đủ sức bay nữa nên đành thả rơi chàng xuống đất. Thế là chàng đã chết vì lòng tham của mình. Ở nhà, người vợ chờ chồng mãi cũng héo mòn, một ngày nọ cũng ra người thiên cổ.

Trong khi đó gia đình người em sống một cuộc sống hạnh phúc với gia tài sự nghiệp phong phú ấy."

Đây là một câu chuyện cổ tích dân gian Việt Nam nhưng nó đượm màu sắc tôn giáo, nhất là vấn đề nhân quả. Có nghĩa là càng tham lam bao nhiêu thì càng gặt hái nhiều khổ đau bấy nhiêu. Càng an phận bao nhiêu thì cuộc sống càng được an lạc bấy nhiêu. Không tham lam ích kỷ thì kết quả sẽ không khổ đau sầu muộn. Nếu không tự chế sự ham muốn của mình thì kết quả lại rất phũ phàng.

Cũng có một số câu chuyện khác liên quan đến vấn đề luân lý đạo đức, nhằm nhắc nhở con người như sau:

Sống làm vợ khắp người ta
Chết xuống âm phủ làm ma không chồng."

Câu trên nói về nhân của sự việc. Câu dưới nói về kết quả của sự việc. Khi còn sống, người đàn bà ấy có một cuộc sống buông thả, lẳng lơ. Lúc làm vợ người này, lúc làm tình kẻ khác, gây cho biết bao nhiêu khổ đau về sự trắc nết của mình, nhưng nào đâu có hay biết. Đến khi chết, chắc chắn thần thức không được đi lên cõi cao hơn rồi, mà phải đi xuống. Đi xuống ở đây để chỉ cảnh giới khổ đau hơn cảnh giới của loài người và cốt yếu là để trả quả của đời trước, những gì mà đương sự đã gây ra. Đó là việc không có chồng con hoặc người thân bên cạnh. Đây là một hình phạt thuộc về nhân nào quả nấy ở trần gian hay ngay cả nơi địa ngục và đây cũng là một bài học luân lý rất xứng đáng cho những người đàn bà trắc nết.

Cũng có nhiều câu chuyện nghịch lý trong cuộc sống, nhưng đó là sự thật trong bao nhiêu sự thật của cuộc đời. Đó là việc: "Cứu vật, vật trả ơn. Cứu nhơn, nhơn trả oán." Có một câu chuyện kể rằng:

"Một người học trò nghèo đi thi không đậu, giữa đường gặp một ông Thầy tướng số. Ông ta bảo rằng: Tôi thấy tướng cậu sẽ chết yểu, chắc sống không còn bao lâu nữa đâu. Người học trò nghe vậy buồn lắm, nhưng cũng lửng thửng về nhà. Khi đi qua sông gặp một bầy kiến đang bị trôi giữa dòng nước, chàng thư sinh thấy tội nghiệp, nên vớt bầy kiến lên bờ. Đoạn trở về nhà trong vô tư và chờ ngày mãn số. Chàng chờ đến 3 tháng sau, rồi 4 tháng, 5 tháng rồi 6 tháng, nhưng thần chết cũng không đến gọi chàng đi. Chàng bèn trở lại chốn xưa gặp ông Thầy tướng số cũ. Ông Thầy ấy cũng ngạc nhiên, không hiểu làm sao chàng có thể sống mãi cho đến ngày nay. Sau đó chàng mới kể đầu đuôi ngọn ngành những việc gì chàng ta đã làm trong thời gian mấy tháng trước đó. Đúng ra số chàng phải chết, nhưng nhờ cứu thoát bầy kiến kia khỏi sự chết, mà mạng sống của chàng lại được kéo dài thêm ra. Như vậy nhờ cứu vật, mà vật đã mang lại sự sống cho mình. Trong khi cứu người mà không được phước, trái lại còn bị oan khiên nữa. Nên mới có câu "Làm ơn mắc oán" là thế đấy. Ví dụ như giữa Thúy Kiều, Từ Hải và Hồ Tôn Hiến là một bằng chứng rất hùng hồn về việc này.

Kiều vì nghe lời khuyên của Hồ Tôn Hiến buộc Từ Hải phải về với triều đình để được yên thân và Kiều thấy có lý và chỉ nghĩ đơn thuần là khi Từ Hải về hàng với triều đình thì mọi việc sẽ êm đẹp, nhưng đâu có ngờ Kiều đã mắc mưu Hồ Tôn Hiến. Cuối cùng thì Từ Hải đã bị chết oan và thân phận của Kiều cũng ba chìm bảy nổi nơi sông Tiền Đường.

Cũng có nhiều cách sống khác mà người Việt Nam vốn xem trọng danh dự hơn là của cải và ơn nghĩa đối với họ là một phần quan trọng trong cuộc sống đạo đức hằng ngày nên mới có câu: "Người làm ơn nên quên, kẻ chịu ơn nên nhớ." Nếu đã làm phước giúp người, cứu người ra khỏi cảnh khổ đau thì hãy nên quên đi những gì đã làm. Vì đó chỉ là hành động "Thi ân bất cầu báo". Trong khi đó kẻ chịu ơn được cứu mạng có bổn phận phải ghi nhớ suốt đời. Ở Á Châu đặc biệt là ở Việt Nam người ta không trả ơn bằng tiền bạc, bằng một bó hoa để cảm ơn, bằng một tấm thiệp như Âu Mỹ, mà là một cách sống. Nhân cách sống ấy phải phù hợp với văn hóa và đạo đức của dân tộc Việt Nam. Vì lẽ ấy mà cũng đã có nhiều câu ca dao từ Phật Giáo mà thành hình như:

> *"Dẫu xây chín đợt phù đồ*
> *Không bằng làm phước cứu cho một người"*

"Chín đợt phù đồ" ở đây được hiểu là một ngôi tháp chín tầng. Nếu xây được một ngôi chùa, ngôi tháp nguy nga đồ sộ như thế nhưng không cứu được một người qua cơn đói khổ, chết chóc thì công đức xây chùa ấy không bằng công đức của việc cứu người. Vì lẽ mạng sống của con người quan trọng hơn tài sản của cải gấp ngàn vạn lần.

Mọi người ai ai cũng sợ rằng sau khi chết sẽ đi vào chỗ xấu xa, tội lỗi, nên khi còn sống ai cũng cố gắng làm những việc phước đức. Vì "hùm chết để da, người ta chết để tiếng" là vậy. Cọp beo, hổ sói là những loài thú vật hung dữ, nên khi chết bị người ta lột da để trang trí hay làm ghế ngồi v.v... Còn người ta, nếu lúc còn sống mà ăn ở ác đức với con cháu, xóm giềng thì khi chết không ai tiếc thương, lại còn bị chửi bới, nguyền rủa nữa. Tiếng tốt thì ít ai biết đến. Nếu có biết cũng mau quên đi, nhưng tiếng xấu thì muôn đời vẫn còn bị nguyền rủa. Vì vậy nên trong dân gian Việt Nam cũng có câu:

"Tiếng lành đồn gần
Tiếng dữ đồn xa"

là vậy. Việc tốt dầu làm suốt đời cũng không đủ. Còn việc xấu, chỉ lỡ lầm một chút tội lỗi thôi, là ta có thể sa vào địa ngục rồi.

Cũng có nhiều người nghĩ rằng khi sống phải nhờ vào nhà cửa mà cư trú, nhưng khi chết phải là nấm mồ. Vì vậy có nhiều người Việt Nam giàu có đã xây nhiều ngôi mộ lớn như ngôi nhà lúc còn sống. Vì họ nghĩ rằng: Chết chưa phải là hết, mà chết mới chỉ là một sự nghỉ ngơi mà thôi. Do vậy mà khi chết người thân cũng còn cúng giỗ những đồ ăn, đồ uống cho người chết mà lúc còn sống họ hay thích những món đó. Nhưng cũng có nhiều người muốn che miệng thế gian, nên khi chết thì cúng kiếng rất linh đình. Còn khi sống thì đối xử với cha mẹ rất tệ bạc. Bởi vậy nên miệng đời mới mai mỉa rằng:

"Sống không cho ăn
Chết làm văn tế ruồi"

Lúc sống mới là quan trọng, nếu làm con, biết hiếu đễ, phụng dưỡng cha mẹ, ấy mới là điều hiếu thảo, tốt đẹp. Nếu để chờ cho cha mẹ chết mới khóc lóc kể lể, làm đám ma cho lớn. Điều ấy không có ý nghĩa nào cả. Đối với người chết đã không hưởng được gì, mà đối với người còn sống, họ thấy rằng, làm như thế cũng chỉ để "che mắt thế gian" là cùng.

Mọi người bình dân Việt Nam, không nhất thiết phải là một Phật tử, đều quan niệm rằng: Sự sống là một cái gì hiển nhiên, nhưng sự chết là một cái gì còn tồn tại. Bởi vậy cho nên cụ Nguyễn Du đã nói trong truyện Kiều rằng:

"Thác là thể phách, còn là tinh anh"

là vậy. Thể phách đây chính là thân xác này. Thân xác này được cấu tạo bởi bốn chất lớn. Đó là đất, nước, gió và lửa. Bốn sự hòa hợp này đến một lúc nào đó cũng phải tan rã. Đất trả về cho đất. Nước trở lại với sông hồ, ao biển. Gió trở lại với thiên nhiên và lửa trở lại với hơi ấm.

Nhưng còn một cái gì đó linh thiêng hơn nữa. Đó là tâm thức hay linh hồn. Cái này sẽ còn mãi. Còn mãi không có nghĩa là linh hồn bất tử, mà còn mãi vì lẽ tâm thức ấy sẽ luân chuyển trong 6 nẻo luân hồi để đi đầu thai trong vòng lục đạo, ở cõi cao hơn hoặc thấp hơn. Do vậy mà mỗi khi cúng bái, người còn sống hay đứng trước bàn thờ người chết vái rằng: Xin ông (bà, cô, dì v.v...) sống khôn thác thiêng, về đây phù hộ cho gia đình con cháu được mạnh giỏi làm ăn v.v... Như vậy quả thật đã chết, nhưng vẫn còn sống. Vì chính người chết ấy còn có bổn phận phải trở lại chăm sóc cho gia đình ở phần tâm linh kia mà. Chắc chắn là vậy. Vì lẽ trong "Liễu sanh thoát tử " của Phật Giáo cũng đã diễn tả rất rành rẽ về những trạng thái trước khi chết, trong khi chết và sau khi chết. Tâm thức ấy vẫn còn quyến luyến với gia đình, thân nhân, bằng hữu. Do vậy mà ở Á Châu, đặc biệt ở Việt Nam ít có người nào tổ chức mừng sinh nhật của mình, mà gia đình thường hay tổ chức ngày cúng kỵ của cha mẹ hay anh em hằng năm để con cháu có cơ hội nhớ lại cội nguồn. Đây có lẽ cũng là một điểm dị biệt to lớn đối với Âu Mỹ. Vì lẽ người Á Châu, đặc biệt là người Việt Nam tin có luân hồi và tái sanh, nên không coi trọng ngày sanh, mà rất trân quý ngày mất của thân nhân mình. Bằng chứng là có nhiều người Á Châu khi bị hỏi sinh ngày nào tháng nào năm nào, họ chỉ đoán chừng là năm đó tháng đó ngày đó, không chắc chắn lắm. Có thể nhiều người Âu Mỹ nghĩ rằng bị chiến tranh loạn lạc, hoặc giả tại quê nhà không có lịch, nên cha mẹ không biết ngày sanh của con cái mình. Điều ấy chưa hẳn đúng. Vì lẽ trong gia đình có bao nhiêu ngày giỗ, từ tháng giêng đến tháng chạp, họ đều nhớ rất rõ ràng là thân nhân của họ mất vào ngày mấy tháng mấy năm mấy.

Ngược lại ở Âu Châu, người ta xem trọng ngày sinh nhật, đãi đằng tiệc tùng rất to lớn. Đám tang cũng thế, nhưng sau khi chết rồi, ít có gia đình nào lo cho người chết đến 100 năm, nhưng ở Việt Nam thì có đấy. Vì mỗi năm đều có cúng giỗ ông Tổ, ông Cố cho đến đời con, đời cháu, đời chắt, đời chít. Do vậy mà có thể kéo dài hàng trăm năm sau khi chết. Còn ở Âu Mỹ có lẽ người ta tin rằng người chết đã đi về Thiên Đàng hay đã đi vào một nơi khác, nên họ đã chẳng thờ người chết, như người Việt Nam vẫn đang thờ.

Cũng có nhiều cặp vợ chồng sống rất hạnh phúc bên nhau nên hay thề thốt rằng:

*"Sống đồng tịch đồng sàng
Chết đồng quan đồng quách"*

Khi sống ngồi chung nhau một ghế, nằm chung nhau một giường, thì khi chết cũng nên đồng một quan tài và đồng một huyệt mộ. Nói là nói vậy, chứ không biết có được bao nhiêu cặp vợ chồng hạnh phúc như thế. Nhiều người khi mới yêu nhau thì thương nhau thắm thiết. Trong khi thương yêu nhau, dầu cho chuyện gì có xấu xa xảy ra trong cuộc sống cũng nói "một sự nhịn chín sự lành", nhưng thời gian lâu ngày sống chung đụng với nhau, sanh ra nhiều tật xấu, khiến cho cả 2 bên đều không chịu đựng nổi, một ngày nào đó phải đưa nhau ra tòa. Khi ra tòa ly dị, chẳng có bên nào nói được cái tốt của bên kia cả, mà tất cả chỉ đổ lỗi cho nhau và nói tất cả những cái xấu của nhau ra giữa công chúng để được phân giải. Điều ấy thật mâu thuẫn với những gì đã giao ước lúc ban đầu. Kể cũng thật là tội nghiệp cho một kiếp nhân sinh. Tại sao con người đó, hình hài đó, mà qua thời gian chung sống đã đi đến những đổ vỡ khó hàn gắn như vậy. Ở đây có thể giải thích cho chữ nghiệp và nhân duyên có lẽ dễ hiểu hơn. Còn duyên thì sống chung đụng với nhau, hết duyên thì đường ai nấy đi vậy.

Ở Á Châu ngày xưa trong đó có Việt Nam, các tòa án chưa được hình thành thì làng xã và miệng đời cũng là một quan tòa rất trung thực. Do vậy mà nhà nào có chuyện gì cơm không lành, canh không ngọt thì phải "đóng cửa dạy nhau", chứ ít ai dám làm cho gia cương xào xáo như xã hội văn minh ngày nay.

Vua Lê Thánh Tôn, một ông vua rất hiền đức, hay giả dạng nông dân để ra đồng thăm dân chúng làm việc và theo dõi cách sống của nhân dân có hài lòng không khi sống dưới sự trị vì của ông vào thế kỷ 16. Ông có để lại một bài thơ bất hủ nhan đề là: "Miếu Vợ Chàng Trương". Ở đây chúng ta có thể theo dõi câu chuyện này qua bài thơ Đường luật sau đây:

"Nghi ngút đầu gành tỏa khói hương
Miếu ai như miếu vợ chàng Trương
Ngọn đèn dầu tắt đừng nghe trẻ
Làn nước chi cho lụy đến nàng
Chứng quả có đôi vầng nhật nguyệt
Giải oan chi mượn đến đàn tràng

Qua đây mới biết nguồn cơn ấy
Khéo trách chàng Trương khá phụ phàng."

Câu chuyện này được diễn lại bằng văn xuôi như sau: Ở một làng quê nọ, người chồng nghe theo lệnh vua nên đã ra đi tòng quân nhập ngũ, giúp vua ổn định cõi bờ. Khi ra đi thì vợ mình mang thai, nhưng chàng không biết. Đứa con ở nhà được sinh ra và khi lớn lên một hai tuổi nó bắt đầu hỏi đến bố của nó ở đâu, thì mẹ nó thường hay chỉ cái bóng của mình in lên vách mỗi đêm khi ánh đèn dầu soi rọi lên và đứa trẻ cũng yên trí rằng: Bố mình chỉ có tối mới về chứ ban ngày thì không có.

Sau một thời gian chinh chiến tạm yên, người chồng trở về tìm lại vợ xưa thì biết rằng nàng đã sinh ra cho mình một mụn con trai, chàng mừng quá mới a sầm tới con và xưng là bố đã về. Đứa con nhanh nhẩu đáp: Bố tôi không có ban ngày, chỉ ban đêm mới đến thôi. Khi nghe như vậy người chồng tỏ vẻ nghi ngờ vợ mình và đã thố lộ tâm tư qua những lời nặng nhẹ làm cho nàng phải tủi hổ và không biết giải thích làm sao cho chàng hiểu, nên đã tìm cái chết, nhảy xuống sông tự tử.

Đêm hôm sau chàng ngồi ôm con dưới ánh đèn dầu, buồn bã ru con thì đứa con chợt nhìn lên vách và qua ánh đèn dầu soi tỏ, gọi ảnh trên tường là Bố con đã về rồi đó. Lúc ấy người chồng mới vỡ lẽ, thì than ôi, người vợ đã chết rồi. Vì thế vua Lê Thánh Tôn mới có ý trách người chinh phu là vậy. Nếu chàng hiểu biết thì phải hỏi cặn kẽ thực hư nơi người vợ và người vợ, có lẽ là một người đàn bà Việt Nam, biết chịu đựng và hy sinh hạnh phúc của mình cho chồng và không muốn cho chồng hiểu mình là người thay lòng đổi dạ, nên mới chọn cái chết để giải quyết sự việc. Chuyện kể này trong dân gian Việt Nam gọi là: "Thiếu Phụ Nam Xương" và đã được diễn tả thành kịch cũng như cải lương, ai xem cũng chạnh lòng. Nhưng có phải chết là xong đâu? Vì còn bao nhiêu vấn đề khác còn lại mà người chồng kia phải giải quyết, như phải nuôi con cho khôn lớn và ai lo gia nghiệp cho mình đây, khi mà trong gia đình không có bóng dáng của một người đàn bà?

Xét lại người đàn ông kia cũng tệ bạc nữa. Vì lẽ không biết tâm lý của người vợ một chút gì cả. Mặc dầu đã sống với nhau được một mụn con rồi. Nếu cả 2 bên đều có sự giải thích và hội ý với nhau, làm gì có xảy ra chuyện ấy, mà vợ chồng sẽ đoàn viên vui vẻ dưới một mái ấm gia đình có con cái quây quần.

Đây là một câu chuyện xưa xảy ra tại Việt Nam cách đây hơn 400 năm về trước. Không biết trong hiện tại một việc tương tự như vậy xảy ra người chồng hay vợ phải giải quyết như thế nào, chứ chắc chắn rằng chết để thủ tiết như người xưa thì không còn nữa. Ở đây, cái nhân phẩm và giá trị đạo đức của con người trong xã hội nó cao hơn bất cứ tài sản của cải nào mà con người hiện có.

Cái tư cách của con người trong khi sống mới là điều đáng quý. Vì vậy mà tục ngữ Việt Nam cũng có câu:

"Ăn quả nhớ kẻ trồng cây"
hay:

"Ăn cây nào, rào cây ấy"

Vì không có người trồng cây thì làm sao chúng ta có được quả ngọt ngày hôm nay. Khi ăn chúng, phải nhớ công người trồng ra chúng và ở trong một môi trường nào, một xã hội nào đi chăng nữa, phải luôn luôn bảo vệ cho gia đình mình, cho dân tộc mình và nhất là cho quốc gia, xã hội. Đây là một tinh thần cộng đồng rất quan trọng mà trong các xã hội đang phát triển như Việt Nam cần phải tôn trọng cũng như gìn giữ.

Đạo đức không là một lâu đài nhiều tầng, nhưng một cuộc sống thiếu đạo đức thì cuộc sống đó vô nghĩa. Vì con người không phải chỉ sống với gạo cơm, quần áo mà còn phải sống cho có tình có nghĩa với gia đình, với xóm làng và với cộng đồng trong xã hội nữa. Xã hội ngày nay đã khác xa xã hội ngày xưa rất nhiều rồi, nhất là về các quan điểm sống, chết, hôn nhân, tôn giáo, cưới hỏi, ma chay, tiệc tùng v.v... Nhưng nếu không có cái cũ thì sẽ không bao giờ có cái mới. Vì người xưa vẫn thường nói rằng: "Giấy rách phải giữ lấy lề" mà. Sách không đẹp, mặc cho sách, nhưng gáy sách và lề sách nên giữ lại. Vì lẽ nếu không có những trang chữ a, b, c bắt đầu, thì người học trò không thể trở thành sinh viên, tiến sĩ, bác sĩ được. Muốn vậy phải: "Uống nước nhớ nguồn." Nếu không như thế thì con người không còn là một con người thuần túy nữa. Đã là người Việt Nam, nhất là một người Phật tử phải mở rộng tầm mắt và sự hiểu biết để chấp nhận mọi người, mọi loài dưới dấu hiệu tình thương của chư Phật và chư vị Bồ Tát thì mọi việc sẽ trở lại hiền hậu hơn cũng như ý nghĩa hơn. Ngay cả sự sống cũng như sự chết.

CHƯƠNG III

QUAN NIỆM VỀ SỰ SỐNG VÀ CHẾT ĐỐI VỚI NGƯỜI TRUNG QUỐC VÀ NHẬT BẢN

Trung quốc và Việt Nam ở rất gần nhau, chỉ cách một biên giới thôi, nên dầu muốn dầu không Việt Nam và Trung Quốc cũng có sự liên hệ với nhau lâu đời về nhiều phương diện như văn hóa, tôn giáo, phong tục, tập quán, lễ nghi v.v... Có những cái người Trung Quốc cũng phải học của những nước nhỏ. Ngược lại các nước nhỏ lân bang của Trung Quốc phải học hỏi tại đây rất nhiều, sau đó mang những tư tưởng học thuật này về lại quê hương của mình để biến chế ra thành thức ăn tinh thần cho dân tộc mình.

Nhật Bản, Đại Hàn, Việt Nam là những nước ảnh hưởng rất sâu đậm nền văn hóa của Trung Quốc, do vậy mà quan niệm về sự sống cũng như chết đối với các dân tộc này cũng có nhiều điều giống nhau.

Trung Quốc đã có đến 5.000 năm văn hiến. Nơi đây đã sản xuất ra không biết bao nhiêu nhân tài và vĩ nhân của thế giới như Khổng Phu Tử, Mạnh Tử, Lão Tử, Tô Đông Pha v.v... Đó là về phương diện Đời. Còn phương diện Đạo thì cũng đã có vô số kể các bậc Tổ sư như Huệ Khả, Tăng Xán, Đạo Tín, Hoằng Nhẫn, Huệ Năng, Lâm Tế v.v... Hay gần đây như Ấn Quang Đại Sư, Hư Vân Lão Hòa Thượng v.v... Tất cả những giá trị tinh thần này là quốc bảo vô giá của gia tài Trung Quốc vậy.

Khi các dân tộc yếu thế nhìn về Trung Quốc cũng có ý thần phục ở nhiều phương diện, nhưng nếu Trung Quốc muốn lấn chiếm lãnh thổ, hoặc gây hấn thì Trung Quốc cũng bị các nước lân bang tấn công lại như thường. Ví dụ vào thời Lý, Trần ở Việt Nam vào thế kỷ 11 đến 14, đã bao lần đụng độ với Việt Nam, cuối cùng rồi Trung Quốc cũng phải thua và chạy về nước. Hay mãi đến thế kỷ 18, vua Quang Trung Nguyễn Huệ cũng đánh tan 20 vạn quân Mãn Thanh sang xâm lược, thậm chí còn đem đại binh qua đến Quảng Đông và Quảng Tây của Trung Quốc để chinh phạt. Rồi gần đây nhất, ở đầu thế kỷ 20 này, khi sự kiện Mãn Châu đã xảy ra, Nhật Bản đã đến làm chủ Trung Quốc mấy năm liền vào đầu thập niên 40 và đây là bàn đạp để Nhật Bản có thể tiến xuống các nước Đông Nam Á Châu chiếm làm thuộc địa.

Nhìn trên bản đồ thế giới, nước Nhật mới chỉ lớn hơn một hòn đảo Hải Nam của Trung Quốc mà dám đem quân xâm chiếm một nước lớn hơn mình cả vạn lần. Quả là điều tưởng chừng như không tưởng, nhưng đó là sự thật. Không biết những nhà cầm quyền thuở bấy giờ dựa trên lập trường và chính sách nào để đi chinh phạt kẻ khác, giả sử như bây giờ người ta phải nương cậy vào súng ống và kinh tế. Còn lúc đó có lẽ Nhật Bản dựa vào tinh thần cực đoan của dân tộc họ chăng? Chiến tranh đã được gì? Chẳng ai trả lời cho trọn vẹn câu hỏi này. Chỉ có kết quả là nhà tan cửa nát, gia đình ly tán, của cải mất mát và gây bao cảnh khổ cho hàng vạn sinh linh. Không biết những nhà lãnh đạo của thế giới đã nghĩ gì khi họ ban hành những đạo luật giết người ấy. Vì thế, theo tôi luôn nghĩ rằng: Người làm tôn giáo không cần theo một thể chế chính trị nào cả. Vì lẽ, dầu ở bất cứ dưới chế độ nào, tôn giáo vẫn phải tồn tại. Ngược lại, những người làm chính trị mà không có đạo đức của tôn giáo quả là một điều lầm lẫn.

Đến thế kỷ 18 thì Âu Châu đã tách tôn giáo ra khỏi vương quyền. Điều ấy đúng, nhưng những người cai dân trị nước bây giờ trên thế giới rất hiếm người có một đời sống đạo đức tôn giáo thật sâu sắc. Mặc dầu có Quốc hội Lưỡng viện, có luật pháp bảo vệ, nhưng tất cả chỉ là những cái tương đối của thế gian về luật pháp mà thôi.

Nhìn lại Trung Hoa mấy ngàn năm trước và Trung Quốc ngày nay, chúng ta học hỏi được gì? Qua bao nhiêu triều đại phong kiến và cộng sản. Chế độ nào cũng tự cho mình là nhất, nhưng so sánh với ngày xưa, quả thua sút rất nhiều. Ngày xưa tuy văn minh vật chất không tiến bộ như ngày hôm nay, nhưng đời sống tinh thần quả là một kho tàng vô giá. Khổng Tử đã dạy cách sống cho kẻ sĩ cũng như mọi người lúc bấy giờ rằng: *"Tu thân, tề gia, trị quốc, bình thiên hạ."* Phải thuận chiều như thế thì nhà mới yên và nước không có loạn. Nếu tự thân không có đạo đức thì gia đình không thể hòa hợp được. Khi không làm chủ được gia đình làm sao có thể cai quản được quốc gia, từ đó đi đến kết luận rằng không thể làm cho thiên hạ thái bình được. Còn ngày nay lại khác, người ta làm ngược lại những nguyên tắc trên. Nghĩa là bình thiên hạ trước, đến trị nước sau và lo cho gia đình, rồi mới đến bản thân. Bởi vậy nên luân thường đạo lý đều thay đổi rất nhanh chóng và xã hội bị chao đảo mọi điều, lòng người cũng không yên ổn chút nào trong một cuộc sống khủng hoảng về tâm linh như thế.

Khổng Tử cũng đã dạy người con trai có năm đức tính quan trọng phải làm tròn. Đó là Nhân, Nghĩa, Lễ, Trí và Tín. Nhân đây có nghĩa là lòng thương người. Nghĩa đây là tình nghĩa thầy trò, cha mẹ, vợ chồng. Sống với nhau phải có cái nghĩa là vậy. Ngoài ra phải có trí tuệ để phán xét sự việc trước khi hành động và cuối cùng, nhất là chữ tín, niềm tin. Nếu không có chữ tín thì mọi sự khó thành. Người ta tin tưởng nhau ở lời nói. Nếu hứa sai, hoặc nói sai, tức không đáng được tin cậy.

Khổng Tử cũng đã dạy cho người đàn bà có 4 đức tính quan trọng trong cuộc sống hằng ngày đó là Công, Dung, Ngôn và Hạnh. Đây là những nét đẹp của người phụ nữ Trung Quốc nói riêng và người phụ nữ Á Châu nói chung. Công đây có nghĩa là sự khéo léo trong công việc làm. Ngày xưa người đàn bà hay ở nhà lo việc tề gia nội trợ, để người chồng có thì giờ lo cho công việc ở bên ngoài. Sắc đẹp cũng là một điều rất trân quý và đây là một lợi khí rất quan trọng của nữ giới khi hành xử với đời. Lời nói phải nhỏ nhẹ, ôn hòa, khiêm cung, lễ phép và nhất là đức hạnh của một người đàn bà phải trong sạch, thủy chung v.v... Tất cả bấy nhiêu đó nếu làm được hết thì xã hội sẽ được an ổn. Đó là chủ trương của Khổng Tử trong việc trị thế, nhưng khuyết điểm của Khổng Tử là không chỉ cho con người một lối thoát là sau khi chết, đi về đâu? Lúc sống chỉ lo phụng sự cho con người, cho quốc gia và xã hội, nhưng không có một lối thoát, khi đã mãn phần ở cõi tạm này. Có lẽ Khổng Tử chỉ là một bậc hiền triết, một chính nhân quân tử, không phải là một bậc xuất thế gian, do vậy khó có thể đòi hỏi ở Khổng Tử một giá trị tuyệt đối về 2 mặt sống chết của cuộc đời cho đầy đủ được.

Do vậy mà lúc Lão Tử xuất hiện tại Trung Quốc cách mấy ngàn năm trước đã bổ sung cho cách sống này. Đó là việc xuất thế. Lão Tử chủ trương mọi việc trên thế gian đều giả hợp, chỉ có cảnh thanh tịnh yên lặng, nơi đó mới chính là đạo. Có lần ông cũng đã dạy cho môn đồ của ông rằng: *"Đạo mà nói lên được thì không phải đạo thường còn. Cái tên mà gọi tên được thì không phải tên thường còn."* (Đạo khả đạo phi thường đạo, danh khả danh phi thường danh.) Nếu so sánh cả 2 loại triết lý trên, chúng ta có thể thấy rằng Khổng Tử chủ trương nhập thế tích cực và Lão Tử thì chủ trương xuất thế tiêu cực. Cả 2 cũng chỉ đáp ứng được một mặt của cuộc đời thôi. Do vậy, Đạo Phật khi đến với người Trung Quốc, họ đã chấp nhận một cách rất dễ dàng và dung hóa mau lẹ vào trong một đất nước to lớn như thế này. Vì Đạo Phật đã có được cả 2 phương diện. Nghĩa là khi còn sống, người Phật tử biết mình phải làm gì và khi chết, họ tự biết mình phải đi về đâu.

Một nền Đạo phóng khoáng bao dung như vậy, có cả nhập thế lẫn xuất thế như thế nên vua Hán Vũ Đế lúc bấy giờ vào đầu thế kỷ thứ nhất đã trân quý đón nhận triết lý của Đạo Phật từ Ấn Độ được truyền sang Trung Hoa, như một món quà cao cả nhất và trải qua hàng mấy chục triều đại, suốt gần 2.000 năm lịch sử tại Trung Hoa, Phật Giáo đã sản sinh ra không biết bao nhiêu bậc danh Tăng chân tu thực học. Phật Giáo đã đào tạo ra không biết bao nhiêu ông vua Phật tử chơn chánh biết chăn dân trị nước và thương dân như chính thương con mình. Nếu không nhờ tinh thần từ bi, vô ngã của Đạo Phật thì chắc chắn Trung Hoa không có những bậc minh quân hiền đức như thế. Rồi học thuật, văn hóa, trà đạo, thơ đạo, kiếm đạo, thiền đạo v.v... tất cả cái nhân cách sống ấy của người Trung Quốc đã ứng dụng Đạo vào thơ, Đạo vào trà, Đạo vào Thiền, Đạo vào cung tên, nhu đạo v.v... tất cả là những bông hoa thơm ngát tỏa rạng một khung trời hơn 1 tỷ dân trong hiện tại và chính bông hoa ấy đã đóng góp cho nền triết học, nghệ thuật của Trung Quốc thêm cho chiều dày của lịch sử nước này càng ngày càng vững mạnh hơn.

Dĩ nhiên, nếu không có Đạo Phật, người Trung Quốc, Tây Tạng, Ấn Độ, Việt Nam, Nhật Bản v.v... hay ngay cả người Âu Mỹ vẫn có thể sống, vẫn có thể làm ăn, hưởng thụ v.v... Nhưng có thêm Đạo Phật vào một dân tộc nào đó, là có thêm một chất liệu dưỡng sinh về tinh thần, mà dân tộc đó có được một trợ lực vô hình, khiến cho chính dân tộc mình có một niềm hãnh diện với chính mình và đó cũng là niềm hãnh diện chung của nhân loại ngày nay khi nhìn về Trung Quốc.

Tại sao người Đại Hàn, Mông Cổ, Nhật Bản, Việt Nam phải qua Trung Quốc để học hỏi? Vì lẽ dễ hiểu là nơi Trung Quốc lúc bấy giờ đã có những gì mà những dân tộc lân bang khác chưa có. Ví dụ Thiền từ Ấn Độ được truyền sang Trung Quốc, nhưng người Trung Quốc đã biến chế, sửa đổi lại cho hợp với tinh thần của dân tộc mình. Đó cũng là một cách sống vậy và đến khi người Nhật sang Trung Quốc cũng học Thiền, rồi khi trở về nước, người Nhật biến thành cái Thiền của họ. Do vậy mà ngày nay những người Âu Mỹ khi nghe đến chữ ZEN hay CHADO, KENDO v.v... là nghĩ ngay chỉ có người Nhật mới có. Nhưng trên thực tế, người Nhật cũng chỉ học lại của người Trung Quốc mà thôi, nhưng người Nhật giỏi ở chỗ khéo léo tài tình biến chế, trong khi đó, người Việt Nam chưa có được cái cách sống này. Những gì mà các sĩ phu Việt Nam sang Trung Quốc học, mang về áp dụng giống hệt như tại Trung Quốc. Do vậy mà bao nhiêu chủ nghĩa, bao nhiêu học thuật hay bị thất bại và khi đất mẹ chết là những đất đai chung quanh bị ảnh hưởng không nhỏ. Chỉ có một ít quý vị Đại Sư người Việt Nam biết dung hóa 2 nền văn hóa, nghệ thuật, chính trị, tôn giáo này thì có thể phát triển một cách thuần thục, nhưng rất chậm chạp. Vì đa phần người Việt Nam đều vọng ngoại, rất khác xa với tinh thần của người Nhật Bản.

Người Phật tử Trung Quốc bị ảnh hưởng giáo lý của Đạo Phật nên họ cũng xem cuộc đời này là vô thường, không có gì chắc thật cả. Do vậy mà quan niệm "sống gởi thác về" cũng được rất nhiều người Trung Quốc ứng dụng vào kiếp nhân sinh của mình. Trong cuộc sống ấy họ cũng bị ảnh hưởng bởi tư tưởng "Tri túc thường lạc" của Phật Giáo, để rồi họ vui với những gì trong hiện tại, không đòi hỏi xa hoa, mà tự mãn với những gì đang có. Nhất là cái giá trị tinh thần mà Phật Giáo đã cống hiến cho họ. Một Bồ Đề Đạt Ma từ Ấn Độ sang, đã trao truyền cho dân tộc Trung Quốc một sức sống rất mãnh liệt về nội tâm. Một vua Lương Võ Đế đã để lại hậu thế biết bao nhiêu di ngôn không lời, khiến cho quê hương thanh bình thịnh trị, qua cách chăn dân trị nước dựa theo tinh thần của Phật Giáo. Một Huyền Trang Đại Sư, Người đã ra đi và Người đã trở lại Trung Quốc với biết bao nhiêu là hành trang và tư liệu học hỏi được từ Ấn Độ, để từ đó Phật Giáo được trang trải khắp non sông, như trang trải một tấm lòng Bồ Tát cho tất cả chúng sanh nơi cõi Ta Bà này.

Viết làm sao cho hết, nói làm sao cho cùng trong một tác

phẩm nhỏ mấy trăm trang này, nhưng nói gọn cũng có thể chỉ dùng một chữ mà hình thành. Đó là chữ "TÂM" cho Trung Quốc. Chữ Tâm này nó biến đổi sơn hà đại địa, chữ Tâm này nó đã gọi người Trung Quốc ngồi dậy, chữ Tâm này nó đã thúc giục người Trung Quốc phải sống, chữ Tâm này nó đã biến đổi từ quan niệm hữu thần, đa thần thành vô thần (theo cách hiểu của Phật Giáo chứ không phải chủ nghĩa cộng sản) để từ đó bước lên chủ nghĩa tự tu, tự chứng, tự thành, như các bậc Tổ Sư vĩ đại của Trung Quốc qua vai trò của Ngài Huệ Năng, Thần Tú, Lâm Tế, Mã Tổ v.v... Đó chính là cách sống của Phật Giáo và cũng từ cách sống này, Phật Giáo đã chỉ cho người Trung Quốc con đường phải đi, tất có đến. Đó là Niết Bàn an lạc, giải thoát, an vui hay địa ngục A Tỳ nơi giam giữ những kẻ tạo ác nghiệp. Câu *"Thiện hữu thiện báo, ác hữu ác báo"* để nhắc cho người Trung Quốc hiểu rằng: Nhân lành sẽ ra quả tốt và nhân xấu sẽ gặt quả xấu là chuyện đương nhiên. Do vậy mà, với tinh thần này tuy không phải là hàng rào kẽm gai, không phải là nhà tù giam hãm, mà là một khuôn phép vô hình đã giúp đỡ về vấn đề đạo đức cho người dân sống sao cho khỏi bị sa vào vòng lưới pháp luật.

Người Trung Quốc cũng xem cái chết quan trọng như hoặc hơn người Việt Nam nữa. Vì ngoài đạo Phật ra, họ còn ảnh hưởng bởi Khổng Giáo. Do vậy mà cách làm người khi sống cũng như khi chết bị trách nhiệm và bổn phận ràng buộc nhiều hơn.

Người Trung Quốc ngày xưa cũng sống trong một chế độ đa hệ. Nghĩa là có nhiều đời cùng sống dưới một mái nhà giống như người Việt Nam. Vì lẽ Trung Quốc ngày xưa hầu hết đều sống về nông nghiệp, đánh cá hay săn bắn. Khi mà xã hội chưa phát triển tình người ít bị phân ly. Lúc mà cuộc sống vật chất càng ngày càng nâng cao, cũng có nghĩa là đời sống tinh thần không còn vững vàng như những thế hệ trước nữa. Ngày xưa ít thấy ly dị, mặc dầu sống trong một xã hội chậm tiến, còn ngày nay tuy sống trong một xã hội với thông tin đứng hàng đầu, khoa học tiến bộ vượt bực, nhưng tâm con người đâu có an ổn chút nào. Lúc nào cũng lo lắng, sợ hãi, bị đe dọa, khủng bố v.v... Con người bây giờ mỗi ngày càng muốn cuộc sống có đầy đủ tiện nghi hơn. Do vậy mà đời sống tinh thần cũng bị lơ là đi rất nhiều. Ngày nay, ở cuối thế kỷ 20 này, nếu ai đó đã có lần viếng thăm Trung Quốc thì phải hết sức ngạc nhiên. Vì lẽ ít người còn quan tâm đến tôn giáo. Nếu có đi chăng nữa, đa phần cũng bị hình thức mê tín, dị đoan cầu đảo nhiều hơn là thực hành đúng với lời khuyên của các vị Tổ Sư ở vào những thế kỷ trước. Nếu còn chăng trong hiện tại ở Trung Quốc là những chùa chiền, đền đài, miếu mộ đồ sộ, khiến khách lãm du phải trầm trồ khen ngợi. Nhưng để được cái tinh thần bao dung và làm nên những công trình to lớn như vậy phải cần một tư tưởng thật vĩ đại lúc bấy giờ mới có được và cái tư tưởng ấy ngày nay nó đã lẩn trốn nơi nào rồi, không ai khơi dậy nổi. Phải chăng Trung Quốc cần một bậc Đại Danh Tăng như Hư Vân Đại Lão Hòa Thượng hay Ấn Quang Đại Sư ra đời vào đầu thế kỷ 21 nữa để chấn chỉnh Phật học như Thái Hư Đại Sư đã làm vào đầu thế kỷ 20 vừa qua?

Sang qua lãnh vực sống và chết của người Nhật cũng có ít nhiều khác nhau so với người Trung Quốc và Việt Nam. Ví dụ như ngày nay những trẻ em Nhật đều được sinh ra tại nhà thương, lớn lên tại nhà và học đường. Khi cưới hỏi đa phần làm lễ tại nhà thờ (ở chùa hầu như rất hiếm). Khi chết mọi người lại lục tục sắp hàng vào chùa. Không biết đây là quan niệm tôn giáo của Nhật Bản hay sao? Có lẽ đúng hơn là một thói quen và thói quen ấy dựa trên thời trang cũng như cách sống trong hiện tại. Ví dụ, tại Nhật Bản theo thống kê chỉ có 1% là Thiên Chúa Giáo, nhưng đến ngày lễ Giáng Sinh vào 25 tháng 12 mỗi năm, đi đâu cũng thấy quà bánh Giáng Sinh, làm như nước Nhật là một nước đa phần theo Thiên Chúa Giáo không bằng?

Việc cưới hỏi tại nhà thờ ngày nay có lẽ cũng thế thôi. Cặp thanh niên nam nữ nào tổ chức theo thời trang và cách sống hiện đại sẽ được nhiều người hưởng ứng hơn. Mặc dầu họ cũng tự biết rằng niềm tin của họ vào một đấng tối cao không tha thiết mấy. Rồi khi chết có lẽ họ cũng không thích vào chùa. Nhưng ông bà họ đã được chôn tại đất chùa, bây giờ họ phải chôn ở đây. Do vậy mà đã trở thành một truyền thống. Mà ở Nhật chỉ có chùa mới có đất đai rộng rãi, còn nhà cửa dân chúng thì quá sức chật hẹp, làm sao có đất để chôn thân nhân mình. Vậy là ngoài chùa ra, không có nơi nào để đi cả, khi mà họ phải bỏ tấm thân tứ đại giả tạm ở giữa cuộc đời này.

Người Nhật có tôn giáo thì quan niệm rằng sau khi chết sẽ thành Phật và thành Thánh hết, không phải đi luân hồi tái sanh như các nước theo Phật Giáo khác quan niệm. Đây cũng là chủ trương của Nhật Liên Tông và Tịnh Độ Tông. Bởi vậy họ không bị ràng buộc trong cuộc sống này bằng những nguyên lý đạo đức, bổn phận như các quốc gia Phật Giáo khác, mà đa số đều quan niệm rằng sẽ được giải thoát sau kiếp sống này.

Đạo Phật được truyền vào Nhật Bản vào thế kỷ 6. Đến thế kỷ 7, Đạo Phật đã được phát triển tại đây một cách vững mạnh qua việc ứng cơ trị nước qua tư tưởng Tam Quy Ngũ Giới mà vị vua Phật tử như Thánh Đức Thái Tử đã hành xử vào thế kỷ 7 vừa qua tại Nhật Bản. Nhật Bản là một đảo quốc, do đó khó bị ảnh hưởng bởi một luồng tư tưởng học thuật nào từ ngoài đến, ngoại trừ Trung Quốc là xứ văn minh gần gũi Nhật Bản hơn cả Ấn Độ và Âu Châu hay Mỹ Châu. Người Nhật đã đến Trung Quốc qua đường biển. Họ đến đây để học về Thiền, về Trà, về suối nước nóng, về thơ, họa v.v... và sau khi trở về, các vị Thiền sư Nhật đã sáng chế ra một loại Thiền khác, một loại trà khác và một loại ngôn ngữ khác để thích nghi với người Nhật địa phương. Thế là Phật Giáo đã đâm chồi bắt rễ nơi này suốt cả 1.400 năm lịch sử trôi qua. Ngày nay người Nhật vốn hấp thụ đời sống văn minh tân tiến của Âu Châu, nhất là Mỹ, kể ra cũng có nhiều điểm quá đà, nhưng nhìn chung người Nhật vẫn còn duy trì được những gì thuộc về văn hóa, tôn giáo, học thuật cũng như tư tưởng đặc thù của Nhật Bản.

Đại Học Nalanda tại Ấn Độ vào thế kỷ thứ nhất do Ngài Long Thọ làm Viện Trưởng, lúc bấy giờ đã có hàng chục ngàn sinh viên Tăng sĩ lưu học tại đó và Đại Học này đã tồn tại đến thế kỷ 8, 9, nhưng trải qua bao cuộc biến thiên của lịch sử, Nalanda trong hiện tại ở vào cuối thế kỷ 20 này thu hẹp lại chỉ còn có thể dạy chừng 50 sinh viên. Trong khi đó Phật Giáo Nhật Bản lại khác. Từ con số không to tướng về tư tưởng, học thuật, tôn giáo và khi có mặt của Phật Giáo cho đến nay đã trải qua nhiều chặng đường lịch sử khác nhau, nhưng tựu chung họ đã vượt thoát qua khỏi bao chướng ngại để tự tồn. Ngày nay tại Nhật Bản không phải chỉ có một vài Đại Học Phật Giáo, ít ra trên toàn cõi Nhật Bản cũng có hơn 100 Đại Học Phật Giáo so với hơn 1.000 Đại Học công tư thục mà Nhật Bản hiện có. Đây quả là một đáp số rất to lớn để kết luận về giáo dục và Tôn Giáo tại Nhật Bản ngày nay.

Trong khi đó tại Đại Hàn ngày nay ở thành thị cũng như thôn quê đâu đâu cũng thấy bóng dáng của thánh giá nhiều hơn chùa chiền. Đây là một mối nguy của Phật Giáo Đại Hàn trong hiện tại. Ngày xưa, ở những thế kỷ trước, Phật Giáo tại quốc gia này gần như là quốc giáo mà ngày nay tại Đại Học Phật Giáo Seoul chỉ có mấy chục sinh viên học về phân khoa Phật Học. Đây quả là một điều đáng lo lắng cho Phật Giáo Đại Hàn trong hiện tại.

Đời sống của Tăng sĩ Nhật Bản trong hiện tại vốn không thanh tịnh như đời sống của chư Tăng Nam Tông hay một số các nước Phật Giáo Bắc Tông khác, nhưng về kiến thức văn hóa, Phật học, có nhiều vị trội hẳn các nước khác. Có lẽ vì phải biến đổi để tự tồn ở một đảo quốc, nhất là sau thời kỳ Minh Trị Duy Tân (1868) đến nay, nên tất cả người Nhật phải vươn lên, trong đó có Phật Giáo. Nhờ vậy mà những bông hoa văn hóa của

Phật Giáo vẫn còn nở thắm không những chỉ tại bầu trời Đông Kinh mà còn tỏa rộng ra khắp xứ Nhật.

Tinh thần Tông phái tại Trung Quốc đã khác biệt nhau qua 10 Tông như: Tịnh Độ, Thiền, Luật, Pháp Hoa, Pháp Tướng, Câu Xá, Thành Thật, Thời Tông, Hoa Nghiêm Tông, Tam Luận Tông, mà khi đến Nhật Bản các Tông này lại chia ra nhiều phái khác nhau. Ví dụ trong Thiền Tông lại có chia ra phái Lâm Tế và phái Tào Động. Trong Pháp Hoa Tông lại chia ra: Nhựt Liên Chánh Tông, Sáng Giá Học Hội và Lập Chánh Giáo Thành Hội. Trong mỗi phái lại có nhiều Chi Nhánh khác nhau và cứ thế cứ thế cạnh tranh để sinh tồn. Ai đã có lần đi đến Kyoto thì sẽ rõ, cũng là 2 chùa theo Tịnh Độ Tông, nhưng một chùa gọi là Đông Bổn Nguyện và một chùa gọi là Tây Bổn Nguyện. Chùa nào cũng có số tín đồ rất đông đảo. Bên nào cũng thờ Phật A Di Đà, Quán Âm, Thế Chí, nhưng chủ trương của các vị Tổ 2 bên khác nhau, do vậy mà niềm tin của họ cũng khác.

Tinh thần tông phái cũng là tinh thần tốt, nhưng chúng ta nên nhớ một điều là cạnh tranh để sinh tồn chứ không phải cạnh tranh để tiêu diệt nhau. So với Việt Nam trong hiện tại, ở quốc nội cũng như hải ngoại, tinh thần tông phái Đại Thừa, Tiểu Thừa, Thiền hoặc Tịnh cũng có chia ra rõ rệt, nhưng không vì thế mà cạnh tranh nhau ráo riết để đi đến chỗ hạ thủ nhau. Chỉ có một điều, tại Việt Nam cũng như Nhật Bản, cả hai đều hấp thụ nền tư tưởng học thuật cũng như văn hóa tôn giáo của Trung Quốc qua suốt dòng lịch sử, mà Nhật Bản ngày nay vẫn còn giữ gìn. Trong khi tiếp thu cái mới vẫn còn bảo vệ những giá trị tinh thần của cái cũ. Trong lúc đó Phật Giáo Việt Năm lại không thực hiện được chức năng này. Có lẽ vì chiến tranh loạn lạc xảy ra đã làm cho lòng người ly tán, nghi kỵ chăng?

Người Nhật có tinh thần võ sĩ đạo rất cao thượng. Nghĩa là khi thua thì chịu chết chứ không chịu đầu hàng. Ngày xưa chúng ta thường thấy họ trung thành với lý tưởng này mà mổ bụng tự sát để chứng tỏ lòng trung thành với lý tưởng, tổ chức hoặc quốc gia, dân tộc. Ngày nay tinh thần ấy hầu như không còn nữa đối với dân tộc Nhật. Có lẽ đó là một tinh thần quốc gia cực đoan chăng? Nhìn lại lịch sử, vào thế chiến thứ nhất 1914-1918 và thế chiến thứ hai 1939-1945 người Nhật đã vì tinh thần quốc gia cực đoan này mà xua quân tràn khắp Á Châu chiếm làm thuộc địa, nhưng với chiêu bài là giúp các nước Châu Á giành lại độc lập từ tay người Âu Châu, trong đó có Việt Nam, Lào, Cam Bốt v.v... Nhưng thực tế, đây chỉ là một chủ nghĩa xâm lược, chứ không phải chủ nghĩa Châu Á của người Á Châu như người Nhật vẫn hay rêu rao khi ra chiến đấu. Rồi đội quân Kaminokaze (Thần Phong) là một đội quân quyết tử, quyết chiến đấu với Mỹ, nhưng cuối cùng Nhật Bản vẫn bị bại trận qua 2 quả bom nguyên tử tại Hiroshima và Nagasaki. Qua sự kiện này cho chúng ta thấy được rằng cái nào có tính cách cực đoan quá khích đều không thể tồn tại lâu dài nơi một dân tộc.

Tại Âu Châu cũng vậy, Hitler cũng vì chủ nghĩa quốc gia cực đoan và mộng bá chủ điên cuồng của ông mà đã có không biết bao nhiêu người Do Thái bị chết một cách thê thảm và ngày nay người ta nhắc lại sự kiện giết người này vẫn còn ghê tởm, chẳng khác gì tệ nạn diệt chủng tại Cam Bốt. Chỉ khác nhau một điều là Hitler chủ trương giết Do Thái, còn người Cao Miên tự đào hào chôn dân tộc mình qua một chủ nghĩa không tưởng đại đồng của cộng sản thế giới.

Người Nhật xem nhẹ cái chết khi tinh thần quốc gia bị nhồi nhét vào đầu óc họ. Còn trong hiện tại các thanh niên, thanh nữ Nhật Bản không chết cho những lý tưởng như thế mà đôi khi vì thất tình, thất chí, mất công ăn việc làm, hối lộ v.v... cũng đã tự tử rất nhiều để tránh đi bao mối nhục nhằn của xã hội mà tự họ không thể giải quyết được. Thật ra vai trò của tôn giáo rất là quan trọng trong những trường hợp này, nhưng tôn giáo ngày nay tại Nhật đa phần cũng giống như ở chốn thương trường, ít có nơi nào còn thuần túy là một nơi khai phóng tâm linh như những thế ký trước. Ngày nay nếu còn những trung tâm tu học to lớn, hoặc giả những chùa viện đồ sộ nguy nga mà chúng ta được trông thấy, cũng chỉ là những gì mà những thế kỷ trước để lại, chứ các bậc danh tăng cũng ít xuất hiện ở hậu bán thế kỷ 20.

Người Nhật tuy không tin luân hồi như người Ấn Độ, Tây Tạng, Việt Nam, nhưng họ cũng rất quý trọng người chết. Tại hầu hết các vườn chùa đều có thờ các tượng Địa Tạng. Trước các tượng Địa Tạng đều có thờ những linh hồn chết yểu. Tiếng Nhật gọi là Mizunoko, có nghĩa là các đứa bé còn trong trứng nước. Có thể do khó sinh mà có hiện tượng này, hoặc giả do nghiệp lực mà kết tụ lại. Mỗi năm lễ Ohigan vào mùa xuân và mùa thu cũng như lễ Vu Lan vào ngày 15 tháng 7, người Nhật ai ai cũng đi chùa để cúng mồ mả ông bà tổ tiên của mình và cầu nguyện cho họ được cao đăng Phật quốc.

Ở Nhật ngày nay không còn chôn cất sau khi chết nữa mà tất cả đều phải thiêu. Đó là luật định, đoạn đem về chùa thờ một thời gian, sau đó đem ra huyệt mộ để chôn chung với gia đình. Việc cúng giỗ cũng khác người Trung Hoa và Việt Nam, ở chương sau sẽ trình bày chi tiết hơn.

Người đàn bà Nhật có tiếng là thục nữ. Sống một cuộc đời đoan chánh để phụng sự chồng và chiều chồng hết mực. Điều này không phải bị ảnh hưởng của Khổng Giáo từ Trung Quốc du nhập sang, mà đây là tinh thần tự tôn của Nhật Bản. Đây cũng là cách để bảo vệ gia phong qua tinh thần đạo đức của người phụ nữ Nhật, nhưng mới nhìn vào có vẻ như bị áp chế hay gượng ép. Nhưng với người Nhật xưa, điều đó như là một bổn phận tự nhiên thôi. Còn ngày nay dĩ nhiên là có nhiều thay đổi rồi. Vì xã hội đã thay đổi thì các phong tục, tập quán và tôn giáo cũng phải biến đổi. Nếu không, sẽ không còn tồn tại với xã hội được nữa.

Ví dụ điển hình điều này ở phạm vi tôn giáo thì ta sẽ rõ. Trước khi vua Minh Trị sửa đổi đất nước vào năm 1868, tất cả người Nhật Bản đều sống trong nếp sống của Khổng Giáo và tư tưởng Phật Giáo, nhưng sau cuộc cách mạng này tư tưởng hưởng thụ của Tây Phương, lấy vật chất để làm thước đo cho cuộc sống, thì mọi cơ cấu của xã hội Nhật đều bị đổi thay. Người Tăng sĩ muốn được tồn tại phải thích nghi như một người thế tục. Nghĩa là phải đi lính nếu đến tuổi nghĩa vụ quân sự. Phải lập gia đình và dĩ nhiên chùa chiền không còn là chốn Già Lam thanh tịnh như những thế kỷ trước nữa. Để sống và tự sinh tồn, người Tăng sĩ cũng chế ra nhiều điều không đúng với Chánh pháp để kinh tài và sống còn trong một xã hội lắm điều thử thách, nhất là vật chất. Điều này tốt hay xấu khó phán đoán được. Nếu đặt chúng ta là người Tăng sĩ Nhật Bản, chúng ta phải xử trí sao đây? Câu trả lời dành cho mỗi người nơi chúng ta có mỗi hoàn cảnh khác nhau, chứ không dành riêng cho một ai cả.

Người Phật tử Nam Tông tin tưởng nơi sự thị hiện của Đức Phật khác với người Phật tử Bắc Tông, mà đặc biệt Bắc Tông của Nhật Bản lại còn khác hơn nữa. Vì họ quan niệm rằng Phật Thích Ca đã là Phật quá khứ rồi. Chỉ có những vị Tổ của Nhật mới thay thế Phật mà hóa độ. Do vậy mà người Nhật, ở bất cứ một tông phái nào, người ta thờ Tổ lớn hơn là thờ Phật. Ví dụ Nhựt Liên Tông chỉ trì tụng phẩm Phương Tiện thứ 2 và phẩm Như Lai Vô Lượng Thọ thứ 16 trong kinh Diệu Pháp Liên Hoa và thỉnh thoảng mới trì tụng phẩm Phổ Môn thứ 25, nhưng qua sự giải thích của người Nhật, kinh Pháp Hoa mà chính Đức Phật đã giảng tại Linh Thứu sơn, Ấn Độ, ngày nay họ hiểu rất khác với những gì Phật Giáo Nguyên Thủy đã dạy cho tín đồ của họ. Có lẽ khi Phật Giáo đã đến Nhật, ảnh hưởng của Phật Giáo Ấn Độ không còn nhiều, nên thay vào đó là ảnh hưởng của Tổ Sư sáng lập ra tông phái nhiều hơn là ảnh hưởng của Phật Giáo cũng nên. Như vậy vô hình trung dưới mắt người Tăng sĩ cũng như Phật tử Nhật Bản, các vị Tổ Sư của họ là những vị Phật đã thay thế Đức Bổn Sư Thích Ca Mâu Ni tuyên thuyết giáo pháp này tại Nhật Bản vậy.

Điều này đúng hay sai, cũng khó có thể khẳng định được. Có lẽ điểm này do tinh thần quốc gia của mỗi dân tộc mà cấu tạo thành con người và tư tưởng của mỗi nền văn học, văn hóa mà Phật Giáo được du nhập vào. Nếu quan niệm như thế có lẽ sẽ dễ dàng thông cảm hơn.

Quả đất này ở đầu thế kỷ 20 mới có 3 tỷ người. Sau 100 năm, quả đất phải chứa thêm 3 tỷ người nữa. Số người sinh ra ngày càng nhiều. Số người chết đi cũng không phải là ít, nhưng để sinh tồn, loài người đã tìm mọi cách để sống. Tất cả những gì từ lòng đất như vàng bạc, đá quý, kim loại, dầu lửa, than đá đã bị vơi đi rất nhiều. Dưới mặt đất sẽ là một khoảng không to tướng ở vào thế kỷ 21 này.

Trong khi đó phần bên trên mặt đất thì bị cháy rừng, lụt lội, núi lửa, động đất v.v... Tất cả đều do con người gây ra, nên thiên nhiên mới bị ảnh hưởng. Rồi đây quả đất này sẽ bị vỡ tan ra, các mảnh đất của năm châu bốn bể này sẽ rớt vào trong quỹ đạo của một trục xoay khác và thân thể của con người cũng như tâm thức này sẽ đi đầu thai trong vạn nẻo luân hồi để thành người, thành thú hay thành thiên thần. Đó là một định luật mà do con người đã gây ra, ắt có ngày phải nhận lãnh lấy. Khoa học kỹ thuật ngày nay phát triển nhanh, điều ấy đáng quý, nhưng có nhiều phạm vi không phải để phụng sự con người, mà để hủy diệt con người, qua chiến tranh nguyên tử hay súng đạn, xe tăng, thiết giáp dùng trong chiến tranh. Nếu định luật mạnh được yếu thua có một giá trị tương đối trên thế gian này thì định nghiệp và luân hồi nhân quả là một nguyên lý chắc thật mà bao nhiêu đời, bao nhiêu thế kỷ cũng không thể nào thay đổi.

Nước Nhật ngày nay là một cường quốc kỹ nghệ của Á Châu cũng như thế giới, nhưng ở vào cuối thế kỷ 20 người Nhật cũng đã bị ảnh hưởng không ít bởi sự suy thoái của kinh tế Á Châu. Do vậy mà thất nghiệp gia tăng, kinh tế suy yếu, nhiều người đã tìm đến giải pháp là sự chết. Ngày xưa nước nào gây ra chiến tranh, nước đó lãnh hậu quả, nhưng bây giờ cái quả ấy là một cái quả dây chuyền, chứ không phải là một hậu quả riêng cho một ai hay một dân tộc nào. Do vậy mà ta có thể nói rằng: Đây là một trường hợp cộng nghiệp của tất cả nhân loại ngày nay trên thế giới.

Bây giờ chỉ trong một giây, một phút, một giờ tất cả mọi thông tin từ cung trăng, từ khắp nơi trên thế giới chúng ta cũng có thể hiểu được qua Internet, qua điện thoại, qua điện thư, qua truyền hình v.v... nhưng những người ở gần ta như vợ chồng, con cái, anh em, bằng hữu, xóm giềng v.v... thì chúng ta lại tỏ ra xa lạ và tìm cách tránh né không gặp gỡ, không tạo sự cảm thông cho nhau. Vì đa phần chúng ta đều hướng ra, hướng tới một mục đích xa xăm nào khác, chứ rất ít người muốn hướng vào và hướng về nội tâm. Do vậy mà cần phải có thì giờ, có điều kiện để thông cảm nhau hơn. Kết quả này là do sự tiến bộ của vật chất, của kỹ thuật mà ra. Từ đó nhiều người Âu Mỹ, ngay cả người Nhật ngày nay họ muốn tìm về với cội nguồn, với thiên nhiên và với niềm tin của tôn giáo.

Mới đây trên truyền hình Đức có một bảng thống kê về lý do đi nghỉ hè. Hơn 45% trả lời rằng họ muốn trở về với thiên nhiên, 25% đi tìm hiểu văn hóa, học hỏi. 20% đi tìm ánh nắng mặt trời. Số còn lại là những lý do khác, những lý do này chỉ chiếm 10% thôi. So với 45% bên trên, con người lúc nào cũng muốn yên tĩnh chứ không muốn động niệm, nhưng vì lẽ thế giới quay cuồng họ phải quay cuồng theo. Đây là một điều kiện tất yếu để tự tồn. Ai ai cũng trông cho đến kỳ nghỉ hè. Trong mấy tuần lễ đó, họ muốn trở về với con người thật của họ. Nếu không có những giờ phút nghỉ ngơi như thế, chắc rằng họ sẽ bị khổ tâm không ít như bao nhiêu người Nhật Bản trong quá khứ đã chịu đựng.

Ở Nhật, người ta sống ít có thì giờ cho việc đi dạo, giải trí, thăm viếng nhau cuối tuần như tại Âu châu hay Mỹ châu. Vì người Nhật quan niệm rằng họ chỉ có làm việc và làm việc. Ngoài làm việc và hưởng thụ những tiện nghi vật chất ra, họ không có lối thoát. Cái gì cũng làm cho nhanh, ăn cho nhanh, học cho nhanh và có kết quả cho nhanh, để rồi tất cả trở nên điên loạn, khủng hoảng. Mặc dầu trong hiện tại họ có tiền rất nhiều, có của cải rất nhiều, nhưng nhìn đống tiền đó, đống của cải đó họ chẳng thấy hạnh phúc, chẳng thấy sự an lạc chút nào, mà sự khổ tâm, sự giày vò của tâm thức làm cho họ khốn đốn nhiều hơn.

Trong hiện tại người Tây Phương đã tìm về giá trị đích thực tinh thần của nội tâm, nên đã tìm đến Phật giáo và nơi giáo lý của Đức Phật có khả năng hoán cải nhiều khía cạnh tâm lý của họ mà các tôn giáo khác còn thiếu sót. Họ hướng về những trung tâm thiền học trên thế giới trong đó có Nhật Bản. Vì họ nghĩ rằng Nhật Bản giữa hai nền văn minh vật chất và tinh thần, đa phần đã giữ vững được trạng thái quân bình đó. Nếu Nhật Bản so với các nước Âu Mỹ, điều ấy có thể đúng, nhưng Nhật Bản ngày nay so với các nước Á Châu khác, về phương diện này phải cần thẩm định lại.

Tinh thần con người ngày nay yếu đuối lắm. Tất cả ai ai và đâu đâu cũng muốn nương tựa vào nhau mà sống, rất ít người tự muốn đứng thẳng vào cuộc đời để vươn lên và trở thành giác ngộ. Trong bài văn Quy Sơn Cảnh Sách có dạy rằng: *"Nếu không làm được như cây tùng cây bách có thân thẳng đứng và đầy đủ can đảm để hứng chịu gió sương mà thành trưởng nơi núi rừng, thì hãy như dây leo bám vào cây. Cây cao đến đâu thì dây leo bò đến đó cũng tốt thôi."*[1] Tổ đã dạy như vậy mà ngày nay con người lười biếng lắm. Nhiều lúc không muốn làm dây leo nữa, chỉ muốn

---

[1] Nguyên tác: "豈不見倚松之葛,上聳千尋。附託勝因,方能廣益。- Khởi bất kiến ỷ tùng chi cát, thướng tủng thiên tầm; phụ thác thắng nhân, phương năng quảng ích." (Chẳng thấy như dây leo kia, nhờ dựa vào thân cây tùng mà lên được đến tầng cao chót vót. Hãy chọn nhân lành cao trổi mà ký thác đời mình, mới có thể rộng làm lợi ích.)

có ai leo giùm cho mình, để mình được an phận. Như vậy thì không còn gì để nói nữa, vì tất cả đều lệ thuộc vào con người chứ không lệ thuộc vào giáo pháp. Một loại thuốc dầu hay đến đâu cũng sẽ chẳng công hiệu nếu bệnh nhân đó không chịu uống thuốc theo đúng chỉ dẫn.

Trên đây là một số ý niệm tổng quát tiêu biểu về quan niệm sự sống cũng như sự chết đối với người Trung Quốc và người Nhật Bản. Ở các chương sau sẽ phân tích chi tiết hơn về lễ nghi, phong tục cũng như hình thức đám tang của mỗi dân tộc đã nêu trên.

CHƯƠNG IV

CÁC LỄ NGHI TUẦN THẤT, PHONG TỤC TẬP QUÁN TANG LỄ THEO TRUYỀN THỐNG CỦA NGƯỜI VIỆT NAM

Tôi thường có cơ hội đi thuyết giảng trên khắp nước Đức và nhiều nơi trên thế giới và mỗi lần như vậy đều có những giờ rảnh để cho học viên hỏi cũng như trả lời. Đây cũng là cơ hội để người Phật tử gần gũi quý Thầy hơn. Có lúc tôi hỏi quý Phật tử tại gia rằng: Để có một đám cưới người ta phải chuẩn bị bao lâu? - Có nhiều câu trả lời được nghe là, trước đó một năm, nửa năm hay trễ nhất là ba tháng. Sau đó tôi đặt một câu hỏi tiếp. Vậy quý vị trong đây có ai chuẩn bị cho mình một sự chết, như chuẩn bị một đám cưới không? Thì chẳng ai trả lời, mà đều nhe răng cười. Bình thường mà nói cái gì chuẩn bị kỹ càng thì kết quả sẽ tốt đẹp. Còn cái gì lơ đểnh thì kết quả cũng chỉ là một sự hợp thành của sự chếnh mảng mà thôi. Tuy biết rằng chúng ta đang sống cũng có nghĩa là chúng ta đang đi đến con đường chết chóc đó, nhưng rất hiếm người lưu tâm, cứ để cho cái chết đến gần kề rồi mới tính toán. Lúc ấy làm sao có đủ sáng suốt mà chuẩn bị?

Có nhiều người gặp đám cưới thì chúc mừng, đám ma thì chia buồn, nhưng theo tôi thì quan niệm khác. Đúng ra đám cưới phải chia buồn mới phải và đám ma nên chúc mừng cho người chết. Vì sao có sự lạ đời ấy? Nói về đám cưới trước. Có phải chăng lâu nay cô cậu sống độc thân, tự do, hồn nhiên vui tính, tất cả mọi việc hầu như không bị ai trói buộc mình. Bây giờ trong đời sống riêng tư của mình, ngay cả giấc ngủ, cũng bị một người thứ hai chi phối. Người đó có thể là chồng hay vợ. Lúc ấy vì thương, nên tất cả đều tha thứ, bỏ qua đi hết. Vì vô minh che lấp nên dầu có khổ đau cũng ráng mà chịu để đổi lấy sự sung sướng giả tạm trong một phút giây nào đó. Vậy tất cả những điều trên đây đâu có gì để vui mà chia vui hay chung vui với cô dâu chú rể, mà phải thành thật chia buồn mới đúng. Vì từ đây cả hai không còn tự do như xưa nữa.

Còn về đám ma. Thật ra người chết hay được diễn tả là: Họ sẽ mỉm cười, buông xuôi hai tay về nơi chín suối. Thử hỏi còn gì sung sướng hơn khi đã được xả báo thân này? Thân cát bụi sẽ lần lượt trả về cho cát bụi. Vậy đâu có gì để đáng buồn? Nếu hiểu đúng nghĩa theo tinh thần trên, đó chính là tinh thần tiêu biểu tích cực của Phật giáo, nhưng khó có người chấp nhận lắm. Vì lẽ trong khi ta già, ai khen mình trẻ mình vẫn vui. Trong khi ta tầm thường, ai khen mình giỏi, mình vẫn hãnh diện. Tất cả chỉ là ảo ảnh của cuộc đời thôi. Không có gì là sự thật cả, ngoại trừ chân lý. Thế nhưng người ta muốn sống với những cảm giác không thật ấy nhiều hơn là sự thật. Vì sự thật bao giờ cũng mất lòng mà! Trung ngôn nghịch nhĩ là thế!

Chỉ những người có tu Phật, học theo Phật và hành hạnh Phật thì họ mới lo xa, biết để dành và tích tụ phước đức. Còn những người chỉ biết sống nương tựa theo vật chất và không tin vào một tôn giáo nào, họ cũng chẳng biết là sau khi chết họ sẽ đi về đâu? Người có niềm tin nơi tôn giáo có nghĩa là người biết lo xa, biết phải cần gì sau khi đã xả báo thân này. Người không hiểu đạo thì để dành tiền của lại cho con cháu, để quan tài lại cho mình, nhưng những thứ ấy không bền. Vì nó bị biến đổi qua luật vô thường. Còn kẻ hiểu đạo họ không để dành lại tài sản bình thường mà để lại công đức cho con cháu, để lại sự an lạc nơi chính mình và chấp nhận sự chết khi hơi thở đã hết. Để lại tiền của có ngày con cái xài rồi cũng hết, nhưng nếu cha mẹ biết để đạo đức lại cho con thì muôn đời dùng hoài cũng không hết được. Người biết lo xa là người biết định hướng, mình sẽ đi lối nào khi rời nhà ra đi. Còn người sống không có niềm tin, không có mục đích, không có lý tưởng chẳng khác nào cũng xách nón ra đi khỏi nhà, nhưng chẳng biết đi đâu. Đó là sự khác biệt giữa người thực hành tôn giáo và người chểnh mảng với niềm tin của mình.

Với tư tưởng *"sống gởi thác về"* như trong chương hai đã trình bày, người Việt Nam vốn tin là sau khi chết không phải là hết, mà chết chỉ là mới bắt đầu một kiếp sống khác thôi. Tâm thức tượng trưng cho âm thanh, không khí, điện v.v... tuy không thấy chúng được, nhưng đó là một thực thể. Tuy không sờ mó được, nhưng phải cảm nhận được sự hiện hữu của nó. Nó chỉ thay đổi vị trí để tồn tại chứ không bị tiêu diệt dầu ở bất cứ dưới dạng thức nào đi nữa.

Trước khi lâm chung, dĩ nhiên là ở nhiều trạng thái khác nhau. Người bị bệnh nội thương hay ngoại thương, mỗi một bịnh tình có nỗi đau khác nhau. Không ai đau thế cho ai được và cũng không ai có thể chịu khổ thay cho mình, ngoại trừ những vị hành Bồ Tát Đạo, nguyện thay thế chúng sanh trong bao cảnh nhọc nhằn của sanh tử như Ngài Địa Tạng, Ngài Quan Âm, Ngài A Nan v.v... Chỉ có những bậc đại giác khi phát nguyện độ sanh mới có thể làm được. Còn đa phần, nếu là chúng sanh thì chỉ có thể thọ quả báo lành hay dữ, chứ khó mà có dư phước đức để độ người, trong khi vốn liếng tu hành của mình còn thiếu.

Trong thời kỳ chiến tranh Việt Nam, suốt cả thế kỷ 20 này sự chết chóc xảy ra hằng ngày và gia đình ai cũng có người thân ra đi và nhất là chiến tranh giữa quốc gia cũng như cộng sản từ năm 1954 đến 1975. Từ 1975 đến 1995 đã có không biết bao nhiêu người nằm xuống trên quê hương Việt Nam và cũng có lắm kẻ làm mồi cho thú dữ ở rừng sâu hay chết chìm nơi biển cả khi đi vượt biên tỵ nạn. Số người chết trong 40 năm đó ước chừng 11 triệu người. Trong 11 triệu người chết này, không biết có được bao nhiêu người về cảnh giới bên trên và bao nhiêu người bị sa vào địa ngục hay đi đầu thai vào kiếp khác, chỉ có những bậc giác ngộ dùng con mắt trí tuệ mới nhận biết được. Hoặc giả chính những cá nhân đó sau khi thành đạo sẽ nhìn lại kiếp sống tiền kiếp của mình, có thể biết là lúc ấy mình là gì, đã bị chết ra sao và làm người Việt Nam ở giai đoạn nào, giống như Đức Bổn Sư Thích Ca Mâu Ni của chúng ta đã kể lại 547 kiếp quá khứ của Ngài trong Túc Sanh truyện, có nghĩa là những chuyện tiền thân của Ngài. Ở đây xin nhớ rõ là kiếp chứ không phải là một đời sống. Một đời sống có thể là 5, 10, 20, 50 hay 100 năm, nhưng một kiếp như thế kéo dài chừng 1 triệu năm. Trong 1 triệu năm ấy chúng ta đã làm gì, quả là vô số chuyện để kể và vô số chuyện để nói. Đức Bổn Sư đã thuật lại rằng: Có lúc Ngài làm sanh linh nơi A Tỳ Địa Ngục, có lúc Ngài làm loài súc sanh, làm chim, làm nai, làm hươu v.v... có lúc Ngài làm Thiên Thần. Có lúc Ngài làm Bồ Tát, có lúc làm người và kiếp cuối cùng trong thế giới Ta Bà này Ngài đã thành Phật. Trông như vậy thì đủ biết là phải dụng công nhiều lắm mới có thể trải qua vô lượng kiếp sanh tử được. Đó là chưa kể những lúc phát tâm tu hành một cách dũng mãnh tinh tấn, có lúc lại thối chí, giải đãi vì nhiều nghịch duyên kiềm hãm nội tâm cũng như ngoại cảnh.

Chúng ta mỗi người sinh ra đều có biệt nghiệp và cộng nghiệp khác nhau, không ai giống ai. Điều ấy cũng hệt như chỉ tay và tròng mắt của mỗi người. Tuy thế giới này có gần 6 tỷ người, nhưng không một người nào có chỉ tay giống người khác và cũng không có hai người nào có con ngươi giống hệt như nhau. Như vậy về phần tâm linh cũng thế thôi. Một tâm thức đi đầu thai, đã, đang hoặc sẽ cũng không bao giờ giống hệt nhau. Ngay cả đến khi thành Phật cũng vậy, mỗi vị sẽ độ sanh khác nhau và có vị lại vội nhập Niết Bàn chứ không ở lại với cõi đời khổ đau này nữa.

Những cái chết về ngoại thương như thế không ai lường được. Vì đâu có ai chuẩn bị chết đâu, khi có một viên đạn, một quả mìn, một trận bom rơi đổ xuống trên đầu dân Việt... quả thật là khổ sở, nhưng có lẽ sự khổ đó do dân Việt đã tích tụ qua bao đời mà bây giờ phải trả quả chăng? Có lẽ cũng đúng một phần nào. Cả một vương quốc của Chiêm Thành, cả một nước Chân Lạp cổ đại với mấy ngàn năm văn hiến, người Việt Nam trong quá khứ đã tiêu diệt họ và ngày nay họ trở thành dân tộc thiểu số trên quê hương của họ mà thôi. Biết đâu những kẻ ra lệnh giết hại họ lại chính là mình trong hiện tại hay chính là xác chết của mình ở một thời điểm nào đó trong thế kỷ này?

Người Việt Nam được xưng là anh hùng, hay thắng giặc ngoại xâm, nhưng khi về cai dân trị nước thì thường hay bị loạn. Đây là một bài học thật xứng đáng mà những người lãnh đạo không chịu học. Họ chỉ chờ sau khi thành công lo hưởng thụ mà thôi. Điều quan trọng ở mỗi người là phải lo tu nhân tích đức, làm lành lánh dữ để tránh những biệt nghiệp hoặc cộng nghiệp như trong bao nhiêu thế kỷ đã xảy ra cho dân tộc Việt Nam mới phải, đàng này lại không làm như thế, nên mới ra nông nỗi này. Ngày nay hơn 2 triệu người Việt Nam sống ở ngoại quốc. Điều ấy vinh hay nhục, hạnh phúc hay khổ đau, may mắn hay rủi ro, chẳng có ai có thể trả lời chính xác được, nhưng qua sự ra đi đó có gần 1 triệu người đã chết, 1 triệu sanh linh ấy vất vưởng nơi chân trời vô định nào cũng chưa có ai làm lễ giải oan cho những linh hồn khốn khổ kia để cho họ đi đầu thai được dễ dàng.

Qua bịnh hoạn mà chết thì ở Việt Nam hay ngoại quốc đều có vô số trường hợp khác nhau, nhưng ở đây chỉ xin nêu ra một số trường hợp đặc thù, để chúng ta có một cái nhìn khái quát về quan niệm của người Việt Nam đối với sự chết. Ví dụ người có tu học và biết chuẩn bị cho sự ra đi của mình thường hay niệm Phật khi tuổi về già. Ở Việt Nam có một pháp niệm Phật gọi là niệm Phật công cứ. Tại chùa mỗi Phật tử sẽ nhận được một quyển số niệm Phật công cứ về nhà, lúc nào rảnh thì cứ niệm Phật. Cứ mỗi tràng là 108 câu niệm Phật và cứ 108 tràng như thế chấm một chấm đỏ vào chung quanh hình Phật A Di Đà. Tại đây cũng có 108 ô để trống như vậy. Trong quyển sổ này chia ra làm nhiều trang khác nhau từ hạ phẩm hạ sanh đến hạ phẩm trung sanh và hạ phẩm thượng sanh. Rồi trung phẩm hạ sanh đến trung phẩm trung sanh rồi trung phẩm thượng sanh. Cuối cùng là thượng phẩm hạ sanh đến thượng phẩm trung sanh và thượng phẩm thượng sanh. Cứ mỗi một tràng hạt 108 như thế nếu niệm chậm rãi thì mất độ 5 phút mà 108 lần 5 phút như vậy tức 540 phút, chia ra thành 9 tiếng đồng hồ niệm liên tục. Tùy theo mỗi người mỗi ngày niệm được bao nhiêu giờ cũng quí. Nếu đủ 9 tiếng đồng hồ mới chấm một chấm đỏ vào sách, mà mỗi trang sách có 108 chỗ trống như thế. Cứ vậy mà nhân lên. Trong kinh có chép rằng: Ngọc Ma Ni gieo vào nước đục, nước đục trở thành trong. Câu niệm Phật gieo vào tâm loạn, tâm loạn ấy trở thành tâm Phật. Do vậy mà việc niệm Phật trở nên cần thiết và hữu hiệu vô cùng. Đây là một món trợ tâm rất công hiệu khi sống trong đời cũng như lúc lâm chung. Đã có rất nhiều cư sĩ tại gia tu theo pháp môn niệm Phật này mà đã được vãng sanh Tịnh Độ, ở Việt Nam cũng vậy mà ở hải ngoại ngày nay cũng thế. Tôi sẽ đơn cử một số trường hợp đặc biệt ấy ở phần sau.

Trong kinh A Di Đà, Đức Phật Thích Ca thuyết giảng tại Kỳ Viên Tinh Xá, Ngài đã tự giới thiệu một cảnh giới an lạc cho chúng sanh ở cõi Ta Bà này, nếu sau khi lâm chung muốn sanh về đó thì phải có 3 điều kiện căn bản là: Tín, Nguyện và Hạnh. Đây là giáo lý cột trụ, giáo lý căn bản của pháp môn Niệm Phật. Tín có nghĩa tin thật sâu. Tin vào lời dạy của Đức Thế Tôn, tin vào sự hiện hữu của Đức Phật A Di Đà qua sự giới thiệu của Đức Bổn Sư Thích Ca Mâu Ni. Nguyện có nghĩa là tự mình sau khi tin phải phát nguyện dõng mãnh hơn nữa, tinh chuyên hơn nữa để khi lâm chung được Đức Phật A Di Đà và chư Thánh chúng đến tiếp dẫn về cảnh giới Tây phương Cực Lạc. Điều căn bản cuối cùng là Hạnh. Hạnh có nghĩa là thực hành niệm Phật, tưởng nhớ đến Phật như pháp môn niệm Phật công cứ bên trên đã trình bày. Nếu 3 việc này thực hành đều đặn và tinh chuyên thì chắc chắn khi lâm chung sẽ được vãng sanh về thế giới Cực Lạc. Vì Đức Phật A Di Đà trong 48 lời nguyện có nói rằng: Nếu ai nhứt tâm niệm đến danh hiệu ta trước khi lâm chung, mà ta không tiếp dẫn về thế giới Cực Lạc thì ta sẽ không thành Phật. Đây là lời nói chân thật của một bậc Đại Giác Thế Tôn, ta không thể nghi ngờ được.

Cõi Tây phương Cực Lạc cũng còn gọi là cõi Phàm Thánh Đồng Cư Tịnh Độ nữa. Do vậy mà, nếu còn những nghiệp lực vi tế, cũng có thể được vãng sanh. Lúc về đó, chúng ta sẽ tu tiếp để giải nghiệp và khi đã được về đây rồi thì không còn sợ bị luân hồi sanh tử nữa. Có nhiều người cho rằng phép tu này giống như một sự cứu rỗi của các đạo hữu thần khác. Xin thưa, hoàn toàn khác nhau. Lý do phải được hiểu như sau. Một hạt cát dầu nhỏ bao nhiêu khi bỏ vào nước vẫn bị chìm, nếu một hòn đá lớn bao nhiêu đi chăng nữa mà được chuyên chở trên một chiếc thuyền thì hòn đá kia sẽ được nổi và thuyền sẽ đưa đá đi đâu tùy ý. Tội lỗi của chúng ta cũng giống như hạt cát và hòn đá. Còn tha lực của chư Phật giống như chiếc thuyền, nhưng chiếc thuyền ấy chỉ có bổn phận phải chuyên chở theo lời thệ nguyện mà thôi, còn khi về được Tây phương Cực Lạc rồi cục đá không thể trở thành hạt cát, hoặc không còn gì cả được, nếu người ấy không biết tu tiếp thì cát và đá vẫn còn nguyên vẹn, chứ không biến đổi được. Đây là điều căn bản khác biệt so với các tôn giáo khác.

Đạo Phật hay đúng hơn là Đức Phật qua cái nhìn của một bậc giác ngộ đã tu chứng nên đã giới thiệu một cách tổng quát nhiều thế giới khác. Có những thế giới trong vòng luân hồi sanh tử và cũng có những thế giới không có khổ đau, ở đó chỉ toàn là an lạc và giải thoát. Riêng chúng ta, chỉ có con mắt phàm phu, không có trí tuệ, làm sao chúng ta có thể hiểu và tin những điều đó. Có nhiều người bảo rằng khi nào thấy họ mới tin, thì có lẽ phải chờ mãi trong vòng luân hồi sanh tử cũng khó mà ra được. Nhưng trên đời này có những cái không thấy mà cũng phải tin như thường. Ví dụ như không khí ta đâu có thấy được, điện ta đâu có thấy được, nhưng nếu không có không khí ta sẽ chết ngạt, không có điện ta sẽ thiếu phương tiện sinh hoạt trong cuộc sống. Ở thế giới này có nhiều việc ta không thấy ta còn phải tin, thì đòi hỏi ở thế giới khác, làm sao chúng ta có thể thấy hết được? Điều quan trọng của người có tôn giáo là phải thực hành, ắt có ngày sẽ thành tựu. Ví dụ một người học trò mỗi ngày cứ cắp sách đến trường và năm này qua tháng nọ sẽ đỗ đạt. Nếu giả sử người học trò này cứ hỏi rằng sự đỗ đạt ấy ở chỗ nào và làm sao tôi có thể đến được đó... vân vân và vân vân... Nếu cứ hỏi như vậy thì bất cứ ai cũng không có khả năng để trả lời và bất cứ ai cũng không thể đảm bảo cho người học trò đó có thể đỗ đạt. Ngoại trừ việc người học trò ấy phải tự đi học, tự học bài và tự thi cử thì mới có thể đỗ đạt ra trường được.

Ấn Quang Đại Sư, một vị Đại Sư Trung Hoa ở đầu thế kỷ 20 có dẫn lời Thiền sư Vĩnh Minh Diên Thọ đoan chắc rằng: *Trong đời mạt pháp này 10 người tu Thiền chỉ chứng đắc có một, còn 10 người tu Tịnh Độ thì đều chứng được cả 10 người. Nếu ai có cả tu Thiền lẫn tu Tịnh Độ thì chẳng khác nào cọp mọc thêm sừng, càng thêm phần uy dũng.*[1] Như vậy, hiển nhiên phép tu Tịnh Độ, Niệm Phật A Di Đà quả là hiệu nghiệm và ngay cả ở phần trên, nơi quyển Tây Phương Du Ký cũng có cho biết rằng Ngài Khoan Tịnh Hòa Thượng đã gặp Ấn Quang Đại Sư nơi Thượng phẩm Thượng sanh ở thế giới Tây phương Cực Lạc rồi.

Đời chánh pháp chư vị Tổ Sư tu Thiền rất nhiều người chứng đạo. Riêng đời Tượng pháp và Mạt pháp ngay cả các vị Tổ Sư chứng đạo cũng còn rất hiếm, huống gì nói đến cư sĩ khi tu đạo Thiền mà chứng quả thì trong lịch sử Phật Giáo rất hiếm

---

[1] Nguyên tác: 有禪有淨土，猶如戴角虎.- Hữu thiền hữu Tịnh độ, do như đới giác hồ. (trích từ Quy nguyên trực chỉ của Đại sư Nhất Nguyên Tông Bổn)

thấy. Riêng về Tịnh Độ ngay trong đời này cả tăng lẫn tục đều có thể chứng đạo. Sau đây là 2 câu chuyện sẽ minh chứng điều đó.

Chuyện thứ nhất kể về một nữ Phật tử đã tu theo pháp môn Tịnh Độ ở Texas, Hoa Kỳ. Vào những năm trước đây bà Vương Ngọc Tuyết cũng là một người Phật tử bình thường giống như bao nhiêu người Việt gốc Hoa khác. Nghĩa là hằng ngày vẫn đi làm, về nhà lo cơm nước cho chồng cho con và thỉnh thoảng có đi chùa cũng như làm việc phước thiện. Bỗng một hôm bà thấy khó chịu nên mới đi khám bác sĩ. Sau khi khám nghiệm xong, bác sĩ cho bà biết là bà bị ung thư và không thể kéo dài cuộc sống lâu hơn nữa. Khi nghe được tin này bà không buồn như bao nhiêu người khác đã bị ung thư nhưng không có niềm tin nơi tôn giáo. Riêng bà, bà quyết định nghỉ làm và ở nhà, siêng đi chùa hơn, niệm Phật nhiều hơn và muốn ở một căn nhà riêng yên tĩnh để tự lo phần cuối của đời mình. Chồng bà đã chiều ý bà và bà cũng được toại nguyện. Mỗi ngày bà Tuyết niệm Phật càng nhiều hơn, niệm Phật không ngừng nghỉ. Mặc dầu chứng bịnh ung thư càng làm cho bà đau nhức hơn. Tóc đã bắt đầu rụng nhiều và thân hình bà trở nên tiều tụy, nhưng bà vẫn thanh thản niệm Phật. Trong những ngày cuối của đời bà, bà chỉ muốn gặp mấy người con thôi. Ngoài ra bất cứ ai, ngay cả chồng bà và các người thân thuộc, bà cũng không muốn gặp. Có lẽ bà sợ họ thay vì mang đến sự an lạc sẽ làm cho bà phân tâm, không có thì giờ chí tâm niệm Phật nữa. Bỗng một hôm nhà bà sáng rực, không phải là ánh sáng mặt trời, mà là ánh hào quang của chư Phật và chư vị Bồ Tát chiếu soi vào nhà bà và đến đón rước bà đi. Sau đó vài giờ thì bà tắt hơi thở cuối cùng vẫn trong tiếng niệm Phật của chư Tăng hộ niệm và con cái của bà đứng chung quanh. Việc này đã xảy ra vào năm 1997 tại Texas, Hoa Kỳ có rất nhiều người chứng kiến. Một điều hết sức ngạc nhiên, mà cũng hiển nhiên thôi, là sau khi thiêu thân xác bà, còn lưu lại rất nhiều xá lợi loại ngọc bích, loại bạch ngọc, loại hồng ngọc v.v... Điều này đã để lại cho hậu thế một sự minh chứng là cư sĩ, mà ở đây lại là cư sĩ nữ vẫn có thể chứng đạo như thường, nếu nhất tâm niệm Phật A Di Đà và cầu về cõi Tây phương Cực Lạc. Đã có nhiều người tin và đã nhìn thấy bằng chứng, nhưng việc thực hành giống như bà Vương Ngọc Tuyết không phải ai cũng có thể làm được. Vì lẽ nói là một chuyện, mà làm lại là một chuyện khác.

Chuyện thứ hai là chuyện của một người đàn ông, đã lập gia đình, có con cái và địa vị trong xã hội ở Việt Nam trước năm 1975. Sau đó ông sang Mỹ, cũng sống một cuộc sống bình thường như bao nhiêu người Việt Nam khác. Khi đến tuổi 60 ông ta muốn xuất gia đầu Phật và điều ấy đã được toại nguyện. Hòa Thượng Thích Trung Quán, viện chủ chùa Hoa Nghiêm tại Pháp đã cho ông xuất gia và thọ giới Sa Di với pháp tự là Minh Đạt - thế danh của ông là Nhâm Ngọc Hựu - một cựu Trung Tá trong quân lực Việt Nam Cộng Hòa. Sau vì vấn đề giấy tờ, ông không ở Pháp được nên mới về lại Mỹ. Trước khi về lại Mỹ, chú Sa Di Minh Đạt 60 tuổi này đã đi khắp một vòng Âu Châu để thăm các chùa và lúc ấy có ghé lại chùa Viên Giác ở Hannover. Đến đầu năm 1998, chú Minh Đạt lại sang chùa Từ Ân ở Ottawa - Canada thăm viếng và ở lại đây mấy tháng, sau đó bị bịnh và chuẩn bị về lại Mỹ thì chú đã ra đi vĩnh viễn và để lại rất nhiều xá lợi cho chùa Từ Ân sau khi hỏa thiêu.

Tôi đích thân đã đến chùa Từ Ân vào tháng 4 năm 1998, cũng đã chiêm ngưỡng xá lợi của Thầy Sa Di Minh Đạt và cũng đã trình bày cho quý Phật tử tại đây hiểu rõ thế nào là xá lợi của Phật, của Tổ và của chư Tăng cũng như Phật tử. Khi tôi đến thăm chùa, có ở lại phòng chư Tăng, và cũng chính nơi đây Thầy Minh Đạt đã tịch, nhìn lên cánh cửa còn thấy rất rõ nét chữ của Thầy viết. *"Trước khi cha mẹ ta sinh ra ta, vậy ta là ai?"* - Đây là một công án của Thiền Tông, đặc biệt của Lâm Tế. Ngoài ra còn có câu *"Ai niệm Phật?"* cũng như câu: *"Đời sống vô thường, hãy chăm niệm Phật."* Nét chữ run run, chứng tỏ cơn bịnh của

Thầy cũng ngặt nghèo lắm, mặc dầu tuổi đời của Thầy chẳng cao như bao nhiêu vị khác, 90 hay 100 tuổi mới viết những nét chữ run rẩy như thế. Chính mắt tôi đã thấy xá lợi của Thầy Minh Đạt, có nhiều màu, xanh, vàng, đỏ, tím, trắng và có nhiều loại khác nhau. Tròn có, méo có, lớn có, nhỏ có... Bây giờ chùa Từ Ân tại Ottawa, Canada lại nhộn nhịp hẳn lên. Vì nơi đó đã có một Thầy Sa Di lưu lại xá lợi. Ai cũng muốn chiêm ngưỡng lễ bái, nhưng muốn tu hành như Thầy Sa Di này hay như nữ Phật tử Vương Ngọc Tuyết kia, thì không biết trong họ có được mấy người.

Tôi đã bao lần được chiêm ngưỡng xá lợi của Phật và các vị Thánh Tăng rồi, nên lần này xem cũng có một cảm xúc tương tự như vậy. Vì đây là kết quả của sự tu hành, của công phu hành trì pháp môn niệm Phật. Đó là một kết quả hiển nhiên, có rất nhiều người mong muốn. Có lẽ lâu lâu mới có một người như thế, thị hiện ra những điều đặc biệt để thế gian này tin tưởng và từ đó việc phát tâm càng dõng mãnh hơn.

Nếu là một Phật tử bình thường trước khi lâm chung nên mời quý Thầy đến bịnh viện hay tư gia để hộ niệm. Nơi nào không có quý Thầy, quý Phật tử tại gia, hoặc ngay cả thân nhân trong gia đình cũng có thể hộ niệm nơi giường nằm của bệnh nhân. Điều cuối cùng nếu không ai có thể làm được thì cũng có thể mở băng cassette niệm Phật để trợ niệm cho hương linh. Vì tâm thức lúc cận tử nghiệp đến cần phải có sự hướng dẫn sáng suốt thì thần thức có thể đi tái sinh ở cảnh giới cao hơn. Hai câu chuyện ở Ấn Độ trong chương trước có kể về việc vua Tân Bà Sa La và vị Tiên Nhơn, hay câu chuyện ái nghiệp dẫn đến việc người mẹ có thể tìm đủ mọi cách để giết con mình để đi theo tiếng gọi của chữ ái, là những điều minh chứng rõ ràng nhất.

Một ví dụ khác có thể chứng minh trong cận tử nghiệp hay thiện và ác ở giờ cuối là quan trọng như sau. Ví dụ có một người, trong cuộc sống bình thường, anh ta rất hiền lành, dễ thương, nết na đạo đức, nhưng vào một ngày nọ có một người bạn đến chơi, rủ anh ta đi đánh bạc. Thế là tâm thức tham lam, tiềm ẩn lâu nay nơi nội tâm, máu cờ bạc nổi dậy, nên anh ta vào phòng vơ vét hết tất cả vàng bạc, nữ trang của vợ để đem ra thi thố với sòng bài. Kết quả là sự thất bại rất ê chề, vì anh ta chưa có kinh nghiệm trong cuộc chơi này. Một thí dụ khác. Có một người rất hung bạo, không bao giờ làm chuyện đạo đức, nhưng một hôm có một người bạn đến nhà rủ đi chùa, làm việc thiện, chàng ta bỉu môi, nhưng cũng nghe theo bạn đi chùa. Tới đây anh ta thấy an lạc hơn ở nhà và ngộ được cái chân lý ấy. Từ câu chuyện này người ta bảo rằng: đồ tể buông đao thành Phật là vậy. Ai độc ác, ai cộc cằn, ai sân hận bao nhiêu đi chăng nữa, nhưng ở vào phút cuối của cuộc đời, nếu có trợ duyên tốt, thì kết quả sẽ tốt. Ngược lại ở câu chuyện đầu cho ta thấy, người ấy suốt đời ăn hiền ở lành mà cận tử nghiệp xấu dẫn đến, chính cái xấu này nó cũng có đủ sức mạnh để lôi kéo người ta đi vào cõi đọa lạc. Vì vậy mới có câu rằng: Việc phước làm suốt đời vẫn không đủ. Còn việc ác, chỉ cần phóng tâm một mảy may thôi, cũng đủ đầy dẫy cả hư không rồi.

Trong khi hộ niệm nên thong thả rõ ràng, không hấp tấp và nếu được có quý Thầy quý Cô hộ niệm xong, nên nói kinh vô thường cho người sắp lâm chung nghe, họ sẽ hiểu và chấp nhận sự vô thường, khổ, không và vô ngã dễ hơn là lúc bình thường khi người ấy còn sống. Đặc biệt sau khi tắt thở không nên động đậy đến thân xác và phải sau 24 tiếng đồng hồ mới được liệm. Nhưng cũng có thể tìm hiểu nơi người thân của mình hơi nóng cuối cùng còn nằm tại nơi đâu, vì điều này rất quan trọng. Đức Phật khi còn tại thế, khi Ngài muốn độ cho mỗi loài chúng sanh, Ngài thường phóng hào quang những nơi khác nhau trên thân thể của Ngài để độ. Vì mỗi một loài chúng sanh ở mỗi cõi, chỉ cảm nhận được ánh sáng đúng giới hạn của nó mà thôi. Ví dụ nếu người chết, hơi nóng cuối cùng nằm nơi lòng bàn chân thì chắc chắn người này kiếp sau sẽ sanh ra làm loài súc sanh. Nếu hơi nóng còn nằm ở đầu gối, thì người này sẽ ở cảnh giới ngạ quỉ. Nếu hơi nóng ở bụng thì người này sẽ đi vào địa ngục. Nếu hơi nóng nằm từ ngực trở xuống bụng, sẽ sanh vào hàng A Tu La. Nếu hơi nóng còn lại nơi ngực, chắc chắn người này sẽ trở lại làm người. Nếu từ miệng trở lên còn nóng, người này sẽ làm chư Thiên. Từ đảnh môn trên đầu còn nóng, chắc chắn người này sẽ sanh vào những cảnh giới cao hơn loài người. Đó là kết quả luồng hào quang của Phật khi chiếu dọi vào các cõi để thuyết pháp độ sanh. Do vậy mà phải lưu tâm đến trước khi lâm chung.

Khi có người thân ra đi, cũng không nên khóc lóc, kể lể nhiều. Vì nếu khóc lóc nhiều sẽ làm cho thần thức của người chết khó siêu thoát được. Mặc dầu xác thân không còn hơi ấm nữa, nhưng thần thức vẫn còn lảng vảng đó đây, họ nhớ thương quay quắt, không thể gần gũi người thân được. Do vậy mà phải cần đến câu niệm Phật nhiều hơn để giúp cho người chết sớm được siêu thoát. Khi chết cũng không có nghĩa là các tế bào hoàn toàn chết hết. Do vậy, nếu có một điều kiện thuận tiện nào đó như một làn gió thổi qua, hay có thể là con mèo, con chó gần kề thi thể người chết, khiến cho họ sống dậy. Trường hợp này xảy ra không ít tại Việt Nam và hiện tượng này gọi là hồi dương. Vì lẽ ấy nên đã có rất nhiều câu chuyện được kể khi những người ấy sống trở lại và nói đơn giản như người bình dân vẫn thường hay nói là hồn đã nhập lại xác. Chuyện kể rất hấp dẫn nhưng cũng rất rùng rợn. Ví dụ dưới địa ngục có quỉ sứ đầu trâu mặt ngựa. Có người chết xuống bị cưa đôi ra bỏ vào chảo dầu để nấu. Có người bị chim chó phanh thây. Có người bị ở rất nhiều năm tháng trong địa ngục Vô Gián và A Tỳ Địa Ngục. Các tội nhân thường sau khi sống lại tu nhân tích đức, ăn hiền ở lành. Những người bị vào A Tỳ Địa Ngục gồm có 5 loại.

Loại thứ nhất là làm cho thân Phật ra máu. Có nghĩa là cố ý để hại Phật. Ngày nay Phật không còn tại thế nhưng cũng có thể hiểu rằng đập phá tượng Phật, hoặc những nơi tôn nghiêm, đều thuộc về tội này.

Tội thứ hai là giết A La Hán, tức những bậc Thánh Nhơn, những bậc giác ngộ. Những vị này rất khó có trong đời mà mình còn đang tâm sát hại, thì tội ấy phải đầu thai rất nhiều kiếp ở địa ngục.

Tội thứ ba là giết cha và tội thứ tư là giết mẹ. Cha mẹ sanh ta ra, nuôi ta khôn lớn nên người, ơn dưỡng dục còn chưa đền đáp nổi, nỡ nào ta lại phạm vào tội này?

Tội thứ năm là phá hòa hợp Tăng. Nghĩa là Tăng chúng đang sống an hảo nơi Thiền viện, chính mình đã gây chia rẽ, phân hóa, làm cho chúng lý trong chùa, trong tự viện không hòa hợp. Tội này cũng bị đọa vào địa ngục A Tỳ.

Có một điều cũng hết sức quan trọng cần phải biết. Đó là thời gian ở địa ngục của Phật Giáo không có tính cách vĩnh viễn, mà sau khi trả nợ đã vay xong, sẽ được tái sinh ở kiếp khác. Đây là một điều rất khác biệt với các tôn giáo khác. Chính Đức Bổn Sư của chúng ta đã nói ra điều này và khi Ngài lúc còn ở nơi A Tỳ Địa Ngục cũng đã phát khởi thiện tâm, để có ngày Ngài thành Phật trong hiện tại. Như vậy địa ngục không phải là chuyện không có. Ví dụ qua câu chuyện Mục Liên tìm mẹ hay rất nhiều chuyện khác mà Đức Phật đã kể về quá khứ của Ngài Xá Lợi Phất, Ngài Mục Kiền Liên, Công chúa Da Du Đà La hay bất cứ một nhân vật nào đã có nhân duyên với Phật thì Phật đã kể rõ.

Từ đó chúng ta cũng có thể nói rằng: địa ngục cũng không phải là giả tưởng, nhưng tin hay không thì tùy ở mỗi người. Có nhiều người tin mà cũng có lắm người không tin, nhưng điều đó ai có thể hiểu biết hơn những bậc giác ngộ đã hiểu biết? Nếu sức một con ếch mà muốn có bụng lớn bằng con bò thì không thể được. Thực tế không phải là không có con bò. Điều ấy hiển nhiên đúng đối với những người nào biết nhận xét, phân tích và chúng sẽ sai khi muốn dùng trí nông cạn của mình để hiểu biết về những việc ngoài tầm hiểu biết thì khó lắm.

Trong kinh Hoa Nghiêm, kinh Pháp Hoa, kinh Lương Hoàng Sám v.v... và hầu như trong tất cả những bộ kinh quan trọng. Đức Phật khi thuyết pháp, có dịp Ngài đều nói qua và nhiều lúc còn giới thiệu rất cặn kẽ về các cảnh giới khác trong vòng lục đạo, hay những cảnh giới xa hơn ở ngoài cõi luân hồi này, như cảnh giới Cực Lạc hay cõi trời Đẩu Suất v.v... Ngày xưa khi khoa học chưa tiến bộ, tất cả mọi người đều nghĩ rằng chỉ có quả đất nơi chúng ta đang ở là có thật, nhưng ngày nay, qua bao nhiêu nghiên cứu của khoa học, người ta đã tìm thấy trong vũ trụ này còn có không biết bao nhiêu tinh tú khác, bao nhiêu thiên hà khác, mà với cái nhìn của khoa học trong hiện tại là cái không cùng tận. Từ đây tinh thần Bát Nhã và Tánh Không của Đạo Phật áp dụng vào cho mọi người, nhất là người Tây phương, hiệu nghiệm vô cùng và cũng chứng minh được rằng lời dạy của Đức Phật là đúng. Bởi vậy nhà Bác học Albert Einstein, người Đức gốc Do Thái và có quốc tịch Mỹ, cha đẻ của thuyết tương đối đã tuyên bố rằng: Nếu có một tôn giáo nào đó trong tương lai mà khoa học có thể dựa vào để phát triển thì đó chính là Phật giáo. Ngoại trừ Phật Giáo ra, không tôn giáo nào khác có thể có được tính cách khoa học đó.

Ít ai nghĩ rằng mình phải chết, nhất là lúc còn trẻ, khi mà tương lai còn đợi chờ họ và còn nhiều hy vọng, nhưng ai đâu có ngờ được rằng sự chết không chờ ai. Chúng ta có thể chết bất cứ lúc nào. Ai sinh ra rồi cũng phải chết cả. Đó là định luật, nhưng không ai chuẩn bị để chết cả. Quả là một điều hết sức vô lý. Vì bình thường trong cuộc sống chúng ta lo cho bao nhiêu thứ. Ví dụ lo cho đủ ăn, đủ mặc. Lo cho có của cải dư thừa. Lo chuẩn bị đi nghỉ hè. Lo đi mua sắm cuối tuần. Lo cho công việc nhà, công việc sở. Lo cho chồng, lo cho con, lo cho gia tài sự nghiệp v.v... tất cả mọi việc trên chúng ta đều có lo đó, nhưng lo cho người khác, lo cho bên ngoài bản thân mình. Còn chính bản thân mình thì sao? - Hầu như trống vắng. Liệu cái lo cho tha nhân ấy có ích gì sau khi chúng ta chết đi không? Có còn ai lo tiếp tục cho những người còn ở lại không? Hay ta vẫn còn phải vương vấn nơi trần thế, để rồi tâm thức phải đi đầu thai trở lại để tiếp tục lo trong cái vòng lẩn quẩn ấy. Chính cái này đây, chính cái thủ, cái ái, cái chấp trước này nó làm cho ta bị dính chặt vào mãi và khó thoát ly là vậy.

Có nhiều người đọc kinh sách, khi ngẩng đầu lên đều biết như vậy, nhưng khi nhìn xa thì thấy còn ngút ngàn thử thách, nên lại thôi. Vì con đường giác ngộ khó lắm, nên đã lên xe và trở lại cõi Ta Bà đầy khổ đau tục lụy này. Cuộc sống của chúng ta cũng giống như một chiếc xe chở chạy vòng tròn và có nhiều trạm nghỉ khác nhau. Ai có đầy đủ năng lực sẽ tự đi ra khỏi cái vòng tròn ấy. Ai cảm thấy sợ hãi và trống vắng thì chính người đó lại chọn con đường trở lại trên chiếc xe kia để ngồi vào và xe cứ tiếp tục lăn bánh, người cứ tiếp tục vay trả trả vay.

Sau khi tắt thở 24 tiếng đồng hồ thì có lễ nhập liệm và sau đó là lễ phát tang. Lễ nhập liệm tại Việt Nam thường cử hành tại tư gia, khác với Đức và các nước Âu Mỹ. Nghĩa là người chết dầu ở nhà hay ở nhà thương cũng đều được cử hành mọi lễ nghi tại chùa. Ngày nay một số chùa tại Việt Nam có làm những nhà quàn và tháp thờ tro cốt. Do vậy mà thân nhân, tang quyến nếu tư gia chật, cũng có thể đến chùa để làm đám. Riêng nhà quàn ở Việt Nam không phải như nhà quàn của Đức - nhà quàn tại Việt Nam chỉ có xe đưa tang, đạo tỳ (những người khiêng quan tài), bàn hương án, bàn Phật, chuông trống v.v... ít có nhà quàn nào có nơi rộng rãi để tổ chức đám tang, mà tại nghĩa địa cũng chỉ có mồ mả chứ không có phòng làm lễ (Kapelle) như ở Đức này.

Trước khi liệm, thân nhân tắm rửa cho người mất và mặc đồ mới cho người chết. Đồ này gọi là đồ dưỡng già mà trước khi mất, họ đã chuẩn bị trước cho vừa ý. Ngay cả cái hòm, người ta cũng tự chọn trước cho mình, sau đó đem về nhà để, chờ đến khi chết, đem ra dùng. Có nhiều người kiêng cử không để ở nhà thì mang về chùa gởi. Cũng có nhiều người chuẩn bị xây mộ cho mình trước khi mất gọi là kim tỉnh. Còn mộ cho người tu, đặc biệt là các vị Thượng Tọa hay các Hòa Thượng thì gọi là tháp. Nhưng cũng có nhiều người không chết được trên quê hương của mình mà phải chết trong rừng sâu hay trên biển cả, khi ra đi vượt biển tìm tự do, cũng có nhiều người qua đến Đức, đến Mỹ, Úc, Canada mới chết, thì những sự chuẩn bị trước về hình thức bề ngoài ấy nó vô nghĩa. Đúng là vô thường thật. Nếu ai đó biết chuẩn bị cho tâm linh của mình thì dầu sống ở đâu hay chết ở đâu cũng không có thể mất mát được, nhưng mấy ai hiểu và thực hiện được điều này qua lời dạy của Đức Phật?

Người Việt Nam chọn cái hòm gỗ thật tốt để chôn. Gỗ càng nặng càng chắc bao nhiêu, người Việt Nam càng thích bấy nhiêu. Họ nghĩ rằng chôn với gỗ như vậy sẽ bảo quản được thân thể lâu và nhờ gỗ tốt nên thân thể người chết sau bao nhiêu năm qua sự xúc tác của đất, nước sẽ làm cho thi thể ấy kết lại, không bị thiêu rụi đi và họ tin rằng con cháu sẽ làm ăn phát tài, giàu có lớn. Có nhiều việc làm của người Á Châu, hay người Việt Nam nói riêng, kỳ thực không phải cho người chết, mà là cho người sống. Họ hy vọng linh hồn của người chết sẽ về phù hộ độ trì cho họ, nếu họ làm đẹp lòng người chết và họ cũng sợ bị quở phạt, trù dập bởi người chết, nếu người sống không lo cúng quảy tử tế. Đây là một quan niệm vay trả thưởng phạt của nhân gian, không nhất thiết phải là của Phật Giáo, nhưng nếu được hướng dẫn theo tinh thần nhân quả của đạo Phật thì có lẽ hay hơn nhiều.

Do điều kiện khí hậu và vệ sinh ở vùng nhiệt đới nên khi liệm, các âm công và đạo tỳ phải trét đất bùn thật kỹ bên trong hòm, kẻo sợ để lâu bị chảy nước. Có lúc họ liệm chung với trà, cốt để cho hút đi những chất nước bị chảy ra từ tử thi. Nếu là đàn ông, họ bỏ vào miệng 7 hạt gạo, nếu là đàn bà họ bỏ vào miệng 9 hạt gạo. Họ tin rằng đàn ông có 7 hồn, đàn bà có 9 vía. Có nhiều người còn mang theo cả nữ trang, vàng bạc, đá quí như cẩm thạch, kim cương. Họ đeo vào tay hay bỏ vào miệng của người chết. Đặc biệt là áo của người chết không có nút bằng sắt, mà tất cả đều cột bằng vải. Nắp quan tài sau khi đậy lại cũng không được đóng đinh, mà thường là đóng bằng những mộng gỗ hoặc tre bám vào nhau. Vì người thân quan niệm rằng, linh hồn của người chết kiêng cử sắt, do vậy mà tất cả những gì thuộc về quan tài và tử thi, không có lẫn lộn một chút sắt nào cả.

Khi liệm, nếu là Phật tử, sẽ được đội mũ Quán Âm, áo lục thù và có tấm Đà La Ni trải lên bên trên tử thi, tấm vải này có in các chữ Phạn như: Án Ma Ni Bát Di Hồng và thần chú Đại Bi v.v... Hai bàn tay, hai bàn chân cũng được mang vớ vào. Có nhiều người lúc sống bình thường thì xấu tệ, mà lúc chết lại đẹp hẳn ra, vì nhờ những đồ mới này.

Vì lẽ ấy mà người Việt Nam ít muốn thiêu người chết. Vì họ sợ rằng thiêu là không còn xác và hồn cũng bị nóng, không thể nhập vào xác để trở lại thăm gia đình mồ mả ông bà vợ con v.v... Nhưng đó là quan niệm bình thường. Còn theo Phật Giáo sau khi chết, kể từ khi thần thức rời khỏi thân trung ấm cho đến 49 ngày phải đi đầu thai. Nếu không đi đầu thai được, phải làm cô hồn sống vất vưởng không có nơi nương tựa. Vì lẽ ấy mà ở tại mỗi chùa ở Việt Nam hay ở ngoại quốc ngày nay vào lúc 5 giờ chiều, đều có lễ cúng cô hồn, gọi là đi công phu chiều, tụng kinh Di Đà, Hồng Danh và Mông Sơn Thí Thực nhằm để siêu độ những linh hồn không nơi nương tựa này. Nhưng người Việt Nam không dừng sự cúng kiến ở 49 ngày mà còn tiếp tục các tuần thất và kỵ giỗ tiếp theo đó nhiều năm. Phần này sẽ được tiếp tục trình bày sau các lễ quan trọng cho người chết sắp đi chôn.

Lễ trị quan nhập liệm quý Thầy hoặc quý Sư Cô thường tụng chú Đại Bi và Thập Chú trong phần cuối của kinh Lăng Nghiêm, sau đó cho đậy nắp hòm. Vì để lâu ngày tại tư gia, nên việc bịt, trám các mí trên quan tài cũng rất tỉ mỉ, nhiều lúc mất cả tiếng đồng hồ mới xong.

Trong kinh Bát Dương có nói rằng: Sanh hữu hạn, tử bất kỳ. Nghĩa là: khi sanh ra có thể biết ngày giờ năm tháng là lúc nào được sanh, nhưng chết thì bất kỳ vào lúc nào. Thế mà đã có không biết bao nhiêu người lựa ngày tốt để chôn, để nhập liệm, để thành phục v.v... mà chẳng ai có thể lựa được ngày tốt cho mình để chết cả. Vì vậy mà Thiền Tông thường hay hỏi câu: "Phụ Mẫu sanh tiền ngã thị thùy?" (Trước khi cha mẹ sinh ra, ta là ai?) Câu này là công án rất vĩ đại nói về sự sống và sự chết, mà một thiền sinh suốt đời phải cưu mang và làm cho sáng tỏ. Khi nào làm sáng tỏ việc sanh tử, lúc ấy chính là hiếu đạo.

Trong cuộc đời, sống và chết là 2 sự kiện rất quan trọng mà con người còn không làm chủ được, thử hỏi chọn ngày tốt để chôn có ảnh hưởng được gì cho người chết chăng? Hay nếu có cũng chỉ cho những người còn sống bớt lo sợ mà thôi? Trong kinh Địa Tạng có dạy rằng: Khi một người chết đi rồi, nếu có thân nhân làm phước bố thí, in kinh, cúng dường Tam Bảo v.v... thì phước đó người chết chỉ hưởng được 1 phần 7 mà thôi. Còn 6 phần 7 là người trực tiếp tạo phước được hưởng. Do vậy mà, nếu lúc sống không tạo được một phước đức gì, để khi chết mới trông cậy vào người thân lo tu và làm phước, nghĩ ra cũng trễ lắm, dù rằng có trễ cũng còn hơn không. Vì có nhiều người đến lúc chết rồi cũng chưa biết mình đi về đâu. Sống suốt cả một đời lang bạt, nay dựa vào vợ, mai nương vào chồng, mốt ỷ vào con, ngày kia hy vọng vào xã hội v.v... Nhưng tất cả những loại này không có gì là bền chắc cả. Thế mà đã có lắm người tin. Không có được một tầm nhìn cao xa hơn, ngoài những gì mà mình đang bị trói buộc đó.

Sau lễ nhập liệm, thân nhân thiết lập bàn vong và lo may đồ tang để làm lễ thành phục. Trước hết là màu sắc. Người Á Châu, nhất là người Trung Quốc và Việt Nam dùng màu trắng tượng trưng cho sự buồn bã, tang tóc, mất mát, ngược lại người Âu Châu thường hay dùng màu đen cho đám ma và màu trắng cho cô dâu khi cưới hỏi. Ở Á Châu, nếu đám cưới có đồ trắng vào là một điều đại kỵ. Ngay cả việc đi rước dâu và đưa dâu cũng không được phép đi lẻ. Nghĩa là phải đủ cặp, vì họ tin rằng đi lẻ thì cô dâu và chú rể sẽ thiếu hạnh phúc trong cuộc sống hôn nhân.

Tang chế cho con trai khác, cho con dâu khác, cho cháu nội khác, rể, con gái và cháu ngoại cũng khác biệt nhau. Ví dụ con trai và con dâu phải mặc cả quần áo dài, phía sau lưng có may một miếng vải nhỏ. Miếng vải này xé làm 3 miếng. Ở giữa lớn và 2 bên nhỏ. Tất cả áo và quần đều may ngược. Nghĩa là bề trái dùng để mặc, bề mặt dùng để che đậy lại. Điều này có nghĩa là: trong khi gia đình có tang, những gì đẹp đẽ đều không được dùng đến. Ngày xưa khi cha hoặc mẹ chết, người con trai suốt 3 năm không cạo râu tóc và làm một cái nhà nhỏ bên mộ của cha mẹ để cư tang như thế, đến khi nào mãn tang mới thôi. Khi để tang con trai và dâu, suốt trong thời gian ấy không được chung đụng về xác thịt (theo quan niệm ngày xưa, chứ bây giờ thì đã khác) và những tiệc vui như cưới hỏi, tiệc tùng, về nhà mới v.v... tất cả đều không được tham gia, vì còn trong thời kỳ tang chế. Có nơi còn cho con trai đội mũ bạc và lưng thì thắt dây rơm, chân đi giày cỏ. Ý nói cha mẹ là những bậc sinh thành ra ta, nuôi ta khó nhọc, do vậy mà phải có bổn phận bày tỏ chữ hiếu, mới xứng là người con trai trong gia đình.

Con trai, dâu và cháu nội thì để tang 3 năm. Nói là 3 năm chứ thật ra chỉ có 27 tháng. Nghĩa là người chết đúng 1 năm gọi là Tiểu Tường hay giỗ đầu. Giáp 2 năm gọi là Đại Tường. Sau đó thêm 3 tháng nữa. Đó là tháng của trời, đất và người, nhưng ít ai mãn tang 24 tháng, mà để đến 36 tháng cũng thường hay xảy ra tại Việt Nam. Con trai, cháu nội và dâu là những người gần gũi trong gia đình, sống chết với tộc họ. Còn con gái đã lấy chồng, là thuộc về nhà chồng rồi, không còn ở với cha mẹ, nên để tang chế cũng như rể và cháu ngoại. Nghĩa là không cầu kỳ có dây rơm mũ bạc, mà đơn thuần một vành khăn tang, có nơi cho mặc áo dài, nhưng không may di ai phía sau lưng. Điều ấy để phân biệt ai thuộc về bên nội và ai thuộc về bên ngoại. Nếu con gái mà chưa thành lập gia đình, được xem như là con trai, do vậy mà tang chế cũng mặc giống như con trai.

Con trai hoặc cháu nội có nhiệm vụ phải mang hình ảnh và bát nhang khi di quan, cũng như thờ tự hương linh người quá cố tại nhà của mình về sau này. Ngoài những người thân gần gũi trong gia đình ra, những người bà con bên cha hay bên mẹ cũng để tang như chú, bác, cô, cậu, dì, dượng v.v... tất cả đều chỉ chít một vành khăn tang để nói lên sự liên hệ trong gia tộc. Ngày xưa có nhiều người giàu có, thừa tiền của, nhưng không có con cái để nối dõi tông đường, họ thường hay thuê người đến khóc mướn và được trả tiền giờ. Họ cũng mặc đồ tang như con cháu thân thuộc trong gia đình và cũng khóc la thảm thiết khi di quan, hay lúc hạ quan tài nơi huyệt mộ.

Thông thường sau lễ phát tang tại tư gia, tại chùa hay tại một nơi công cộng nào đó thì Ban Kinh Sư gồm chư Tôn đức Tăng Ni được gia chủ mời, sẽ luân phiên tụng niệm như thế trong nhiều ngày, chờ cho đến ngày tốt để được chôn, tránh ngày trùng nhựt, thọ tử v.v... Thầy địa lý hoặc quý Sư Tăng chọn ngày tốt để phát tang, ngày tốt để nhập liệm, ngày tốt để đưa đám, chôn cất v.v... Tất cả đều phải tuân theo lời Thầy địa lý. Vì Thầy địa lý căn cứ vào tuổi tác của người chết và người sống trong gia đình để tránh ngày trùng. Họ quan niệm rằng, nếu không làm như vậy thì hồn ma không siêu thoát và người sống bị hãm hại, không phát triển được. Đó là quan niệm của dân gian. Còn quan niệm của Phật Giáo thì như thế nào? - Như trong kinh Bát Dương có nói: Sanh hữu hạn, tử bất kỳ. Nghĩa là khi sanh ra chúng ta còn biết được ngày nào tháng nào. Chứ còn chết thì không hẹn ngày được. Nếu trong cuộc sống của chúng ta có 2 sự kiện quan trọng là sống và chết mà chúng ta còn không làm chủ được, thử hỏi nếu có coi ngày tốt để chôn, ngày tốt để liệm v.v... cũng chẳng có ích lợi gì cả, nhưng vì người sống không an tâm. Do vậy mà phải lo coi hướng huyệt mộ xây về đâu, lo coi ngày tốt xấu v.v... kỳ thực ra là coi cho người sống chứ không phải cho người chết. Vì Đức Phật dạy rằng: Cuộc đời là vô thường, thế gian là giả hợp. Nếu ai ý thức được việc này, chắc rằng lúc sống lo tu tỉnh thân tâm, thì lúc chết không còn sợ hãi nữa. Nghĩa là chúng ta biết chúng ta phải đi về đâu rồi.

Sau 3, 5 hay 7 ngày, có khi để quan tài tại gia đình đến 15 ngày, mới đem đi chôn. Trong thời gian ấy, nếu là gia đình theo đạo Phật, ăn chay trường, tụng kinh Địa Tạng, Thủy Sám, hay Lương Hoàng Sám để cầu nguyện cho linh hồn của người mất được cao đăng Phật quốc. Trong thời gian ấy cho đến 49 ngày thường hay ăn chay, giữ giới thanh tịnh và trong thời gian này thân nhân ở trong gia đình hay nghĩ đến người đã chết nhiều hơn. Nếu gia đình không theo đạo Phật, họ thường làm thịt heo, gà, trâu, bò để đãi khách đến dự đám tang. Họ quan niệm rằng: Ma chê, cưới trách. Do vậy mà phải làm cho nở mày, nở mặt cho cha mẹ hay người thân đã quá cố, không để cho hàng xóm chê cười và nghĩ rằng tại sao cha mẹ mình giàu có, đến khi chết chỉ đãi khách đơn giản như thế. Đám cưới cũng vậy, nếu là người thân mà quên mời dự tiệc cưới cũng hay bị trách móc. Do vậy mà phải đề phòng khi đám ma, hay đám cưới phải gọi mời tất cả những người trong gia tộc đến dự lễ.

Ngày nay tại Âu Châu các nghi lễ cưới hỏi và ma chay rất đơn giản và rất ít người tham dự. Ngoại trừ những người giàu có và quen biết lớn, còn thông thường có đám ma chỉ 5 hay 10 người tham dự. Trong khi đó, ở Việt Nam, người chết, nếu là người có địa vị trong xã hội, hay các bậc Hòa Thượng, Thượng Tọa, Sư Bà hữu danh thì hàng ngàn, hàng vạn người đến tiễn đưa, phúng điếu. Nhiều người quan niệm rằng: Đám cưới không được mời thì không tham dự, nhưng đám ma không ai mời cũng đi. Điều ấy có nghĩa là, họ đến để chia sẻ nỗi buồn của người còn lại và cảm ơn người đã ra đi, có cái gì đó đã cảm kích được lòng họ, nên họ mới đến. Chứ họ cũng chẳng có nhiều thì giờ để phải *"Ăn bữa giỗ, lỗ bữa cày"*. Đám ma ở Việt Nam dầu nhỏ đến đâu cũng hàng trăm người đi đưa đám. Họ là dân khiêng quan tài, là người hàng xóm, là trẻ con, là Phật tử, là Ban Hộ Niệm v.v... tất cả đều gần gũi, giống như người thân trong gia đình.

Lễ động quan, rồi lễ di quan, lễ cáo đạo lộ là những lễ bưng lư nhang khỏi bàn thờ vong, rồi đưa quan tài ra khỏi nhà và đến giữa đường để quan tài xuống, cáo với đất trời là người chết đã ra đi, xa làng, xa xóm, xa bà con quyến thuộc. Nếu người chết vì bịnh tật hay già yếu là những cái chết bình thường, ít ai sợ hãi, nhưng nếu cái chết ấy bị oan uổng như tự tử, bị sát hại, bị tai nạn v.v... người thân ít đem về nhà, mà hay để ở những nơi công cộng như chùa chiền, bệnh viện v.v... có người vì quá thương yêu người mất, nên cũng đã có đem xác chết về nhà, nhưng khi lễ di quan được cử hành thì người nhà phải đập một cái nồi bằng đất nung bể ra làm nhiều mảnh và kêu thật lớn tiếng, nhằm để đuổi hồn oan ấy không nên lảng vảng trong gia đình nữa. Điều này tuy có vẻ mê tín, nhưng cũng rất hợp với sự luân hồi sinh tử của Đạo Phật. Vì Đạo Phật quan niệm rằng chết không phải là hết mà khi thân trung ấm còn hoạt động, có nghĩa là tánh biết không mất, chỉ có thể xác không còn hơi thở thôi, chứ trên thực tế người chết vẫn biết rất nhiều. Tâm thức họ sẽ về lại gia đình để xem vợ con mình sẽ ra sao, người thân kẻ thuộc ra sao. Người chết không nghĩ rằng mình đã chết, họ nắm bắt người thân, khóc lóc kể lể với người thân, nhưng tất cả đều vô vọng, họ nói, người còn sống không nghe được. Vì bây giờ cái xác không còn cái hồn, nên họ đã không làm chủ họ được.

Thông thường một đám ma lúc đưa đám được sắp xếp theo thứ tự như sau: Bàn đầu tiên là một tượng Di Đà phóng quang tiếp dẫn, có 4 người khiêng, sau đó là liễn, đối, trướng, vòng hoa phúng điếu, kế đến là chư tôn đức Tăng Ni tiếp dẫn hộ niệm. Sau chư Tăng Ni là lá triệu cao chừng 3 thước. Trên thân triệu này có ghi nơi sanh quán và tên tuổi của người chết, cũng như ngày sinh và ngày tử. Sau lá triệu là bàn vong, trên ấy có di ảnh của người quá cố và lư nhang cũng như linh vị. Bàn này cũng có 4 người khiêng. Tiếp theo là dàn nhạc đám ma, thổi lên những bản buồn thương ai oán. Tiếp đến là chấp lịnh, tức người hướng dẫn dân khiêng quan tài lên xuống nhịp nhàng và ra lệnh khi nào đi, khi nào nghỉ. Những dân khiêng thường là trai trẻ trong làng mới có sức mạnh, vì quan tài rất nặng, trét đất sét rất nhiều khi liệm để khỏi rỉ nước và nhất là gỗ phải tốt. Người Việt Nam quan niệm rằng: sống cái nhà, già cái mồ, nên quan tài, phải được chọn loại gỗ đẹp và tốt nhất để hy vọng rằng xác sẽ giữ được lâu hơn và họ mong rằng xác được kết lại, để cho con cháu làm ăn phát đạt.

Ở Việt Nam ngày xưa không thiêu, hầu như đều chôn cất tử tế. Vì họ quan niệm rằng: thiêu là động xác và xác sẽ bị nóng. Đến giữa thế kỷ 20 ở những thành phố lớn như Sài Gòn mới có lò thiêu. Tuy nhiên số người thiêu rất ít, độ chừng 10%. Còn bao nhiêu là chôn theo cách ngày xưa, nhất là những người có ruộng đất riêng. Nếu một mai đây dân số Việt Nam phát triển nhiều, có lẽ cũng phải chọn phương pháp thiêu là sạch sẽ và tiện lợi nhất.

Đám ma thường kéo dài hàng cây số tùy theo số người đi đưa, có thể ít hơn, mà cũng có thể nhiều hơn như thế, đi từ nhà đến nghĩa địa. Ở Việt Nam tại nghĩa địa không có nhà quàn như ở Đức và tất cả xác chết được quàn tại tư gia hoặc tại chùa, như vậy ấm cúng hơn và người chết cũng như người sống đỡ tủi buồn. Khi đến huyệt, quý Thầy phải làm lễ trị huyệt, xong đâu đó quan tài mới được hạ xuống, vàng bạc giấy tiền, đậu, mè, 3 nắm đất được người thân rải xuống huyệt mộ để tiễn đưa người quá cố về nơi an nghỉ cuối cùng. Điều này Tây và Đông đều giống nhau. Chỉ có vàng bạc giấy tiền là không có ở Âu Châu và riêng người Phật tử thuần thành cũng ít khi dùng đến. Theo người Hoa quan niệm rằng: khi chết xuống cõi âm, không dùng tiền trên dương thế được, chỉ có giấy tiền và vàng mã là đối trao nơi cõi âm được. Vì thế người thân thường hay đốt hoặc bỏ nguyên xấp xuống huyệt mộ cho người chết là vậy.

Mọi người đi đưa sẽ lần lượt lên bỏ đất vào huyệt mộ và chia buồn với thân nhân và mỗi người sẽ nhận được một cây kẹo, tượng trưng cho sự ngọt ngào, một sợi chỉ đỏ tượng trưng cho sự may mắn và ra về. Nếu được tang chủ mời đi uống trà hoặc ăn cơm thì mọi người đi đưa sẽ đến nơi đó. Ở Việt Nam người ta thường tổ chức tiệc này sau lễ trí linh.

Người có nhiệm vụ đến lấp huyệt và đắp mộ lên thành nấm cao, trong khi đó mọi người thân đều về lại gia đình để làm lễ trí linh. Lễ trí linh có nghĩa là lễ đưa hình vong, bài vị và lư nhang về lại nhà. Bây giờ người ta lập một cái bàn thờ riêng bên cạnh bàn thờ ông bà đã quá vãng từ trước. Trên bàn thờ mới này có chưng bày hoa, quả, nước trà, thức ăn, bánh trái v.v... Đèn cầy được dùng trên bàn thờ này màu trắng. Theo quan niệm người Việt Nam và Trung Quốc, màu trắng là màu tang, buồn bã. Nhưng người Trung Quốc, nếu người thân mất trên 70 tuổi, họ hay dùng đèn cầy đỏ để đốt. Vì họ cho rằng đó là tuổi thọ, không liên hệ đến sự yếu mạng nữa. Trong khi đó người Việt Nam vẫn dùng màu trắng, ngay cả đến hoa chưng trên bàn thờ, dầu cho người đó ở tuổi thọ nào đi chăng nữa, 70, 80 hay 90 hoặc 100 tuổi.

Người Việt Nam thường hay cúng mỗi ngày 3 bữa cơm như thế trên bàn vong của người thân đã mất. Họ quan niệm rằng sống như thế nào, thì chết cũng như vậy thôi. Nếu lúc sống phải ăn cơm một ngày 3 bữa, thì lúc chết cũng sẽ về nhà 3 lần để hưởng mùi nhang khói và mùi vị của cơm canh. Họ quan niệm giữa sống và chết chỉ cách nhau một lằn ranh, một cánh cửa thôi. Đi vào bên trong cánh cửa, tức nhập cuộc với đời sống tục lụy này. Đi ra khỏi cánh cửa ấy, tức trở về một cảnh giới khác. Cảnh giới ấy có thể cao hơn hoặc thấp hơn cảnh giới trong hiện tại, nhưng giữa tử và sanh chỉ cách nhau có một cánh cửa thôi. Người được giác ngộ gọi đó là Niết Bàn, an lạc, giải thoát. Kẻ còn bị luân hồi sanh tử gọi đó là Địa Ngục, A Tu La, súc sanh, ngạ quỉ v.v... Còn bên trong cánh cửa tử sanh do mỗi người gây nghiệp và chọn nghiệp để rồi cuối đời mình phải đi đầu thai như thế. Dẫu thế nào đi chăng nữa người thân cũng phải có bổn phận cúng kiến cho họ, vì thân nhân sợ nếu không cúng, họ sẽ trở thành những cô hồn không có nơi nương tựa thì tội nghiệp cho người đã chết. Đây là một cái đạo hiếu của người Việt Nam.

Bây giờ quan tài đã được vùi sâu nơi lòng đất lạnh, thân nhân sau lễ trí linh tại nhà thì được nghỉ ngơi, chờ 3 ngày sau lại đi mở cửa mả. Lễ mở cửa mả có nghĩa là làm lễ mời linh hồn ra khỏi nơi u tối kia, đi về thăm nhà, hoặc giả đi đầu thai nơi khác. Lễ mở cửa mả đôi khi cũng có quý Thầy đến làm lễ. Ở miền Nam Việt Nam hay dùng một cái thang bằng tre nhỏ và một con gà để cúng. Bắt con gà leo lên cái thang, tượng trưng cho linh hồn của người mất từ huyệt mộ ra khỏi nơi chôn cất, sau đó dẫn con gà đi chung quanh huyệt mộ 3 lần, đoạn thả gà ra nơi nghĩa địa. Nếu người chết là một thiếu phụ đang mang thai chưa sanh, chôn cả mẹ cùng con, thì người ta hay trồng bên huyệt mộ một cây chuối. Khi nào cây chuối trổ hoa, ra trái, người ta tin rằng người chết đã sinh con. Ở một ý nghĩa nào đó trong cuộc sống, người còn lại thấy đỡ nhớ đỡ thương và giúp cho người chết không bị tức tưởi khi lâm chung thôi, chứ thực tế không phải là như vậy.

Ở đây xin nhắc lại một câu chuyện cổ Phật Giáo để diễn tả sự vô thường của cuộc sống và sự hiện hữu của tâm thức như sau:

"... Ngày xưa có một ông Trưởng Giả rất giàu có, ông ta cưới bà vợ thứ nhất, chung sống lâu ngày với nhau không sanh con cái gì hết, ban đầu tình nghĩa còn mặn nồng, ông chồng còn thương yêu chút đỉnh, nhưng lâu ngày quá sinh chán. Một phần vì bà này nhan sắc cũng không mặn mà lắm, nên ông Trưởng Giả đề nghị là mình phải được có vợ khác. Bà vợ cả bằng lòng và thế là ông ta đi lấy một người vợ thứ hai. Người này trẻ đẹp hơn bà cả, duyên dáng hơn, khiến ông Trưởng Giả mê mệt, ngày đêm mãi miết bên sắc đẹp của vợ hai mình, nhưng ngày lại tháng qua rồi ông cũng chán, vì nhan sắc của bà không còn như ngày xưa nữa. Do vậy mà ông ta đề nghị với 2 bà để cho ông ta đi lấy vợ ba. Cả hai bà đều đồng ý. Bà thứ ba khi về làm vợ ông chỉ lo chăm sóc vàng bạc trang sức nơi thân, chứ ít khi lưu tâm đến ông, do vậy mà ông cũng chán, cuối cùng rồi ông muốn nói cho ba bà biết là, ông ta đã chán ngấy ba bà rồi, ông muốn đi lấy bà vợ thứ tư. Cả ba bà đều đồng ý, không tỏ ra một sự chống cự nào. Vì lẽ ngày xưa ở Ấn Độ, đàn ông giàu có, có nhiều vợ là chuyện thường, miễn sao phải chu toàn cho các người vợ đầy đủ là được.

Bà thứ tư về làm vợ ông được một thời gian ngắn thì ông bị bịnh, vì tuổi đời đã chồng chất, chăn gối không còn mặn nồng như thời còn son trẻ nữa. Một hôm ông kêu bà thứ tư lại và bảo rằng:

- Thật ra ta rất thương bà, như bà biết đó, ta đã già, không tạo cho bà hạnh phúc lâu bền được. Vậy một mai nếu ta có chết đi thì bà sẽ làm gì?

- Nếu ông mất đi thì tôi cũng chỉ đưa ông đến huyệt mộ là cùng. Người vợ thứ tư trả lời thế.

Sau đó ông hỏi bà thứ ba cũng giống như ông đã hỏi bà thứ tư. Bà thứ ba trả lời rằng: Nếu ông có chết đi, tôi cũng chỉ để tang một thời gian, sau khi đã xả tang, tôi lại xin tái giá.

Khi ông Trưởng Giả nghe như vậy cũng cảm thấy buồn nhưng biết nói sao hơn. Vì bây giờ ông không còn sức lực như xưa nữa.

Bà thứ hai cũng trả lời rằng: Nếu ông có chết thì tôi cũng chỉ lo cơm nước hoa quả đẹp đẽ để cúng ông thôi, sau đó tôi phải lo phần trang điểm cho tôi chứ.

Sau khi nghe ba bà vợ trả lời như thế, ông buồn lắm. Đoạn ông mới kêu bà thứ nhất lại bảo rằng:

- Lâu nay tôi vốn không thương bà, vì bà xấu xí, nhưng nếu một mai đây tôi chết thì bà sẽ làm gì?

- Thiếp sẽ nguyện theo suốt trên cuộc hành trình của chàng. Bà vợ cả trả lời thế.

Ông Trưởng Giả ngạc nhiên, xoe tròn đôi mắt ra và tắt thở. Câu chuyện chỉ có thế, nhưng ở đây mỗi bà vợ tượng trưng cho một đặc tính khác nhau.

Bà thứ tư tượng trưng cho bà con làng xóm, dầu thân thiết đến bao nhiêu đi chăng nữa, khi mình chết đi rồi, những người quen cũng chỉ đưa mình tới huyệt mộ rồi ra về.

Bà thứ ba tượng trưng cho tiền bạc, của cải, tài sản. Dầu giàu có cho đến đâu, cao sang đến bậc nào đi nữa, khi chết của cải, tài sản ấy cũng không thể mang theo được.

Bà thứ hai tượng trưng cho sắc đẹp. Dầu sắc nước hương trời, đẹp như Hằng Nga, Đắc Kỷ v.v... sắc đẹp này cũng không tồn tại mãi ở thế gian, khi chết đi lại cũng chẳng mang nó theo được. Điều này chứng tỏ cho sự vô thường của nhân thế là vậy.

Riêng bà vợ cả, bà vợ mà ông chồng chẳng thương yêu chút nào, nhưng khi ông Trưởng Giả chết, lại nguyện theo ông suốt đời, không rời nhau một bước. Đó là tâm thức, đó là nghiệp. Nghiệp, dầu mình không thương tưởng đến nó, ghét bỏ nó, không yêu nó, nó vẫn quanh quẩn bên mình. Do vậy, là người Phật tử, phải biết thức tỉnh về vấn đề này, phải biết ý thức rằng: tất cả mọi vật gì trên thế gian này đều không có giá trị, ngay cả sắc đẹp, tài sản của cải và người thân, chỉ có tâm thức của mình là vấn đề quan trọng. Khi sống, cái gì cũng có, nhưng khi chết, không có gì cả ngoại trừ tâm thức theo nghiệp lực chiêu cảm của mình mà đi đầu thai. Khi sắp lâm chung mới suy nghĩ đến, quả là điều quá trễ. Vì vậy trong kinh nói rằng: *"Bồ Tát sợ nhân, chúng sanh sợ quả."* Nghĩa là những bậc giác ngộ khi gây ra nhân gì, đều biết kết quả sẽ như thế nào. Trong khi đó chúng sanh lại khác, cứ gây bất cứ nhân gì trong cuộc sống, dầu cho thiện hay ác vẫn không sợ, chờ khi sắp lâm chung mới sợ quả báo. Đó là chúng sanh vậy. Hoặc giả, nhiều khi biết rằng quả ấy sẽ không tốt, nhưng vẫn không sợ. Ví dụ: biết rằng kết quả của sự uống rượu là say sưa, điên đảo, nhưng khi uống có ai đâu sợ quả. Biết rằng hút thuốc sẽ hại cho sức khỏe, nhưng vẫn hút. Như vậy nếu so sánh ý chí của bậc giác ngộ và ý chí của kẻ phàm phu, có nhiều sai biệt lắm.

Làm tuần thất kể ngày mất và mở cửa mả thì kể ngày chôn. Ví dụ người chết sau 10 ngày mới chôn, đến 7 ngày đã phải làm thất thứ nhất rồi. Còn mở cửa mả, sau khi chôn, đến ngày thứ 3 là mở cửa mả, dầu cho người chết ấy đã để mấy ngày đi nữa cũng không tính vào. Mỗi thất như thế đều có mời Thầy, Sư Cô về tư gia cúng, đôi khi cũng có lên chùa để cúng. Đầu tiên các vị chủ lễ khai kinh, dâng sớ và cúng vong. Trong những tuần thất ấy tại tư gia thường hay tụng các bộ kinh Địa Tạng, Thủy Sám, Lương Hoàng Sám v.v... Thời gian 49 ngày thân nhân thường hay mua chim, cá đem đến chùa để phóng sanh, cầu nguyện cho thế giới được hòa bình, gia tộc bình yên, sống lâu, tuổi thọ. Những người thân trong gia đình cũng thường hay hùn tiền lại để in kinh sách ấn tống, tặng, biếu cho những người khác, nhằm cầu nguyện cho hương linh sớm về cảnh giới an lạc hơn. Sự hùn phước và cầu nguyện trong giai đoạn 49 ngày này, có nghĩa là hỗ trợ cho tâm thức của người mất sáng suốt hơn, mạnh dạn hơn để dấn thân trên con đường giải thoát. Việc làm này tuy vô hình nhưng thật có tác dụng, cũng như gió không có hình tướng nhưng có thể làm dao động cây cối. Những việc phước đức cũng giống như thế, cứ tích lũy dần dần, sẽ có ngày tác động đến chư thiên, loài người, hay ngay cả cõi âm.

Phật tử Việt Nam ở vào thế kỷ 18, 19 và 20 đa phần đều theo Tịnh Độ tông. Nghĩa là, qua sự giới thiệu của Đức Phật Thích

Ca Mâu Ni khi còn tại thế, qua kinh A Di Đà, ở phương Tây cách đây 10 vạn ức quốc độ Phật, nơi đó có Đức Phật A Di Đà đang thuyết pháp, độ sanh. Nếu ai thành tâm niệm Ngài trước khi lâm chung một cách chí tâm thì Ngài sẽ phóng hào quang đến thế giới Ta Bà cùng với nhị vị Bồ Tát Quán Thế Âm và Đại Thế Chí đến tiếp dẫn về thế giới Tây phương Cực Lạc.

Mới nghe qua việc niệm Phật cầu vãng sanh này không khác các đạo hữu tu thiền, nhưng trên thực tế có thể chứng minh được như sau: chúng sanh dầu tạo tội nhỏ hay lớn, ví như hạt cát bỏ vào trong nước, cát ấy sẽ chìm. Nếu tội to như hòn đá nặng mà có ghe thuyền chuyên chở thì đá ấy sẽ nổi. Ghe, thuyền chính là sự trợ niệm của chư Phật và chư vị Bồ Tát ở cõi Tây phương Cực Lạc. Nếu không có sự giúp đỡ ấy, hương linh sẽ không được vãng sanh, nhưng ở đây khác với những đạo hữu tu thiền là, chư Phật và chư vị Bồ Tát không thể làm cho tội của mình tiêu đi được, cũng không thể làm cho phước của mình tăng trưởng, mà phải do chính mỗi cá nhân tự tu và tự tạo phước lành thì phước mới tăng, tội mới giảm. Như vậy, khi về được Cực Lạc rồi hạt cát vẫn còn là hạt cát, cục đá vẫn còn là cục đá thôi. Dĩ nhiên là tội sẽ tiêu đi từ từ do mỗi chúng sanh cố gắng tu hành để đạt lên địa vị cao hơn nữa. Còn việc đọa lạc trở xuống cõi Ta Bà này, chắc chắn rằng không. Vì nơi thế giới ấy có sức gia trì của chư Phật nên cõi ấy là cõi Tịnh chứ không dơ uế như chúng ta ở đây.

Nhiều người tu Thiền trong các thế kỷ gần đây ít có người chứng đạo, ngoại trừ các bậc Tổ, các vị xuất gia, dụng công thật sâu, thực hành phép quán tâm thật kỹ mới chứng được đạo. Còn cư sĩ tại gia tu thiền chưa thấy ai chứng đạo, giải thoát cả. Riêng các vị tu Tịnh Độ, ngay cả cư sĩ lẫn tu sĩ ở trong thế giới này và ngay ở cuối thế kỷ 20 này, chỉ thực hành pháp môn niệm Phật mà đã được chứng đắc qua việc lưu lại xá lợi sau khi thiêu, như trường hợp của bà Vương Ngọc Tuyết ở Houston, Texas, Hoa kỳ vào năm 1997 và mới đây vào tháng 3 năm 1998 của

Thầy Minh Đạt tại chùa Từ Ân, Ottawa, Canada. Đó là những bằng chứng cụ thể chứng minh cho những người tu Tịnh Độ không phí công sức của mình, khi trì niệm danh hiệu của Đức Phật A Di Đà.

Sau tuần 49 ngày là tuần 100 ngày. Đúng theo tinh thần của Phật Giáo chỉ cúng đến 49 ngày là đủ, nhưng ở đây người Việt Nam vì ảnh hưởng phong tục, tập quán của người Trung Quốc suốt cả hơn ngàn năm, nên việc cúng bái, tế lễ, tuần thất cũng bị ảnh hưởng không nhỏ. Vì người Trung Hoa quan niệm rằng: sau khi chết, linh hồn phải đi qua 10 cửa ngục để được phán xét tội ác lúc còn sống trên thế gian này. Do vậy mà 7 tuần đầu sau khi chết đi qua 7 cửa ngục, tuần 100 ngày qua cửa thứ 8, tuần Tiểu tường giáp 1 năm linh hồn qua cửa thứ 9 và tuần Đại tường giáp 2 năm sau khi chết, qua cửa thứ 10. Sau khi đi qua 10 cửa ngục ấy, linh hồn mới đi đầu thai. Do lẽ ấy, đã trở thành thói quen lâu đời, nên người Việt Nam, ngay cả là một Phật tử thuần thành, vẫn hay cúng bái cho người chết theo tục lệ cũ.

Khi cúng 49 ngày, 100 ngày, hay giáp năm, hai năm v.v... thân nhân của người chết hay cúng dường trai tăng, dâng tứ vật dụng lên chư Tăng, nhờ phước đức của chư Tăng mà hương linh được hưởng nhờ. Nguyên nhân của câu chuyện cúng dường trai tăng là qua hình ảnh của Ngài Mục Kiền Liên, lúc Phật còn tại thế, muốn cứu mẹ ra khỏi địa ngục và Đức Phật đã dạy cho Ngài cách báo hiếu, bằng cách dâng tứ vật dụng lên chư Tăng. Đây là câu chuyện.

"... Lúc bấy giờ Ngài Mục Kiền Liên đã xuất gia với Đức Phật, chứng Thánh quả A La Hán, nhưng mỗi lần Ngài nhớ đến mẹ mình, cảm thấy xót thương. Do vậy một hôm Ngài dùng chính thần thông của mình quán sát thử mẹ mình sanh vào nơi nào. Cuối cùng Ngài đã tìm được mẹ mình đã thác sanh vào A Tỳ Địa Ngục, rất đói khổ, trên đầu đội chậu máu và dưới đít phải ngồi lên bàn chông, Ngài đau lòng quá nên mới lấy cơm dâng cho mẹ, nhưng mẹ Ngài đâu có ăn được. Cơm kia đã biến thành than lửa, mẹ nuốt không được, kêu la thảm thiết, Ngài Mục Kiền Liên lại càng đau lòng hơn. Ngài tức tốc về lại trần gian báo lại việc này lên Đức Phật và thưa hỏi nguyên nhân vì sao và Ngài phải làm gì để cứu mẹ ra khỏi chốn tối tăm kia? Đức Phật dạy rằng: Vì mẹ Ngài trước kia tham lam, bỏn xẻn, nên sau khi chết phải làm thân ngạ quỉ. Muốn cứu mẹ Ngài, một mình Ngài không thể làm được, mà phải cần đến thần lực của mười phương Tăng, nhất là ngày rằm tháng bảy âm lịch mỗi năm. Ngày mà chư Tăng ở đâu cũng đều câu hội về một chùa lớn để làm lễ tự tứ, nhân cơ hội này người Phật tử tại gia cũng như xuất gia, dâng tứ vật dụng lên chư Tăng, sau khi dùng cơm xong, chư Tăng cầu nguyện cho người đã mất, nhờ nhiều chư Tăng và nhờ lòng thành của tín chủ, nên người thân sẽ được siêu thoát, hoặc tội nặng sẽ trở thành nhẹ, khó khăn sẽ không còn nữa."

Ngài Mục Kiền Liên đã làm giống như lời Phật dạy, nên mẹ Ngài đã ra khỏi cảnh A Tỳ Địa Ngục và sanh lên cõi Trời để hưởng tuổi thọ dài lâu hơn, không còn khổ đau nơi địa ngục nữa. Do câu chuyện này mà Phật tử Việt Nam và Trung Hoa hay cúng lễ trai tăng vào ngày rằm tháng bảy mỗi năm cũng như cúng lễ trai tăng mỗi khi gia đình có hữu sự như cầu an cho người bịnh hoặc cầu siêu cho người đã mất. Nhưng lễ này chỉ có ở các nước theo Phật Giáo Đại Thừa như Trung Hoa, Nhật Bản, Đại Hàn và Việt Nam, trong khi đó các nước Nam Tông Phật Giáo không có tổ chức lễ này. Tuy họ cũng có tổ chức lễ trai tăng dâng tứ vật dụng lên chư Tăng nhưng ở một ý nghĩa khác, nhằm cầu phước cho chính mình ở kiếp này hay kiếp sau mà thôi. Tây Tạng tuy cũng là một xứ theo Phật Giáo Đại Thừa, nhưng không có truyền thống như Nhật Bản hay Việt Nam hoặc Trung Hoa. Vì Đạo Phật được truyền vào Tây Tạng trực tiếp từ Ấn Độ, không qua một nước khác như Trung Hoa. Vì trước khi Đạo Phật được truyền vào Trung Hoa, tại đây người

Trung Hoa đã sống theo tinh thần đạo hiếu của Khổng Giáo. Do vậy mà, khi Đạo Phật được truyền vào đây, các vị Đại Sư người Trung Hoa muốn câu chuyện Ngài Mục Kiền Liên thích nghi vào văn hóa, phong tục sở tại, nên mới cho người Phật tử Trung Hoa có cơ hội để báo hiếu cho cha mẹ cũng như người thân đã mất. Quả thật đây là một việc làm rất tốt đẹp, nhằm nhớ ơn những người đã sanh trưởng ra mình. Đạo Phật cũng là một đạo hiếu, do vậy mà câu chuyện trên không có gì chống trái lại tập quán của người Trung Hoa, ngược lại người Trung Hoa, Việt Nam, Nhật Bản và Đại Hàn đã chấp nhận việc này một cách rất dễ dàng. Đạo Nho dạy rằng: Một ngàn quyển kinh một vạn quyển sách, chữ Hiếu là đứng đầu. Đạo Phật dạy: Ai biết kính thờ cha mẹ, ấy là kính thờ Phật. Xét ra 2 lời dạy này song hành với nhau, nên Đạo Phật Bắc Tông, hay nói đúng hơn là Đại Thừa Phật Giáo đã truyền vào các nước có ảnh hưởng của Nho Giáo một cách rất dễ dàng.

Tứ vật dụng dâng lên chư Tăng Ni gồm có 4 loại như sau: thức ăn, y áo, thuốc men và chỗ ở. Ngày lễ trai tăng, thân nhân người quá cố nấu thức ăn tại nhà hay ở chùa gồm nhiều món và trịnh trọng dâng lên chư Tăng, Ni. Trước đó có một lễ tác bạch đại ý như thế này.

Nam Mô Bổn Sư Thích Ca Mâu Ni Phật.

Kính bạch chư tôn Hòa Thượng, chư Thượng Tọa, Đại Đức, Tăng Ni. Chúng con có duyên sự xin đầu thành đảnh lễ tác bạch (lạy xuống một lạy rồi quỳ đọc).

Thân mẫu (thân phụ) của chúng con tên là .... pháp danh .... sanh ngày ... tháng ... năm ...., đã xả báo thân ngày ... tháng ... năm .... hưởng thọ .... tuổi. Nay chúng con, hàng Phật tử tại gia, noi theo gương hiếu hạnh của Ngài Mục Kiền Liên, nên sắm sửa trai duyên cúng dường dâng tứ vật dụng lên chư Tăng. Kính mong chư tôn đức từ bi nạp thọ cho chúng con được ân triêm công đức và cầu nguyện cho thân mẫu (thân phụ) chúng con được cao đăng Phật quốc.

Sau đó vị chủ lễ sẽ đáp lại đại ý như sau:

Quý Phật tử đã có lòng thành muốn báo ơn báo hiếu cho mẹ cha, nay chúng tôi xin đại diện cho chư Tăng, Ni hiện diện xin lãnh thọ việc cúng dường này. Xin cầu nguyện cho phụ mẫu của quý Phật tử được cao đăng Phật quốc và người còn được tăng phước tăng thọ.

Sau khi nghe lời vị chủ lễ đáp lại như vậy, thân nhân của người mất thưa tiếp rằng:

Trên chư tôn đức Tăng Ni đã từ bi hứa khả cho rồi, chúng con xin đê đầu đảnh lễ cúng dường tam bái.

Chư Tăng sẽ tụng kinh cầu nguyện, sau đó dùng cơm trong yên lặng. Thân nhân lui về nhà trù và chờ chư Tăng dùng cơm xong, sau đó lên quỳ trước bàn thờ tại trai đường để nghe kinh và cuối cùng là dâng lên chư Tăng y áo, thuốc men cũng như tịnh tài trong các gói quà đã gói sẵn. Đây là một lễ trai tăng thông thường diễn ra tại tư gia hoặc tại chùa mỗi khi có người thân quá vãng.

Ngoài lễ trai tăng này, người Phật tử Việt Nam có một lễ gắn bông hồng lên áo để tưởng nhớ đến người mẹ dầu còn hay đã mất nhân ngày lễ Vu Lan báo hiếu cũng rất cảm động. Người Việt Nam đã kết hợp được việc này một cách linh động như thế và chỉ có Phật Giáo Việt Nam mới có, trong khi đó các nước Phật Giáo khác trên thế giới chưa có lễ này.

Nhân ngày Vu Lan báo hiếu con cái đưa cha mẹ lên chùa để làm lễ chúc thọ. Nếu ai còn mẹ thì cài lên mình một cánh hoa hồng, tượng trưng cho tình thương bao la vi diệu của từ mẫu. Nếu ai mẹ đã mất đi rồi, sẽ cài lên mình một cành hoa trắng, tượng trưng cho tình thương miên viễn đã xa rồi như một thoáng mây bay. Nhưng dẫu hoa màu hồng hay hoa màu trắng, điều ấy không quan trọng. Điều quan trọng ở đây là nhân ngày Vu Lan Báo Hiếu, con cái có cơ hội nhớ nghĩ đến các bậc sanh thành và thực hiện chữ hiếu khi cha mẹ còn sống để cha mẹ vui lòng và dẫu cho cha mẹ đã qua đời đi chăng nữa, đó cũng là một niềm an ủi của hai đấng từ thân.

Mỗi lần nghe đến bài Bông Hồng Cài Áo nhân mùa Vua Lan báo hiếu về, ai cũng cảm động, khóc thương. Vì không ai là không có cha mẹ. Nếu không có cha mẹ làm sao ta hiện hữu nơi cuộc đời này. Cũng như bài "Lòng Mẹ" mỗi khi nhạc và sáo réo rắt xen kẽ vào nhau, không ai là không chạnh lòng nhớ đến mẫu thân của mình.

Người Á Châu sống tình cảm rất nhiều, do vậy mà nước mắt được biểu hiện qua họ khi những gì quá xúc động. Ví dụ như khi cha mẹ mất, khi lâm nguy, khi khốn khổ hay cả khi vui mừng như trúng số, thi đậu v.v... Vui quá cũng lấy nước mắt để biểu hiện, mà mừng quá cũng vậy hay đau khổ quá, chịu đựng không nổi nữa cũng chỉ có nước mắt mới diễn tả được. Mặc dầu trong kinh sách cũng có dặn dò rất kỹ là khi người thân mất không nên khóc lóc thảm thiết. Vì tâm thức khi trở lại nhà thấy nghe thân nhân bi lụy như vậy họ không thể đi đầu thai được. Phải tỉnh táo trong câu niệm Phật để trợ niệm vãng sanh. Đó là điều cần thiết nhất. Tuy nói là vậy, nhưng trên thực tế rất khó ngăn cản đôi giòng lệ. Người Âu Châu cũng khóc lúc người thân ra đi, họ cũng khóc khi lúc quá vui mừng như thắng giải thể thao chẳng hạn. Điều này giữa Đông và Tây giống nhau, nhưng cái khóc của người Á Châu bi lụy hơn, trong khi đó cái khóc của người Âu Châu thầm kín hơn, ít khi kể thành lời. Có lẽ do vì ở gần nhau hơn nên có nhiều chuyện để nói, còn người Âu Mỹ khi đến tuổi trưởng thành thường hay sống riêng lẻ với mẹ cha nên cái tình cảm ấy ít thắm thiết chăng?

Ngạn ngữ Á Rập có nói rằng: "Khi tôi sinh ra trong cuộc đời này bằng 3 tiếng khóc để chào đời, thì mọi người chung quanh tôi đều cười để đón mừng tôi ra đời. Rồi suốt trong khoảng thời gian ấy, có thể là 30 năm, 50 năm, hay 100 năm, tôi phải làm một cái gì đó cho cuộc đời, để rồi một ngày nào đó tôi phải nhắm mắt, tắt hơi, buông xuôi 2 tay ở trạng thái mỉm cười, thả hồn mình về nơi chín suối, để mọi người chung quanh tôi đều khóc."

Quả thật cuộc đời này có gì đáng nói đâu. Nó bắt đầu bằng tiếng khóc, cười và kết cuộc bằng cười khóc. Hai điệu nhạc này hòa tấu lẫn lộn nhau, không xa rời được. Bởi vậy cho nên cái khổ của tử sanh vẫn còn chồng chất đó đây, khiến cho con người phải mãi mãi rơi vào cảnh trần lao phiền não của 6 nẻo luân hồi.

Nguyễn Công Trứ là một tướng lãnh của quân đội và là một đại thi sĩ của Việt Nam sống vào thế kỷ 19, sau khi chiêm nghiệm với cuộc đời, ông ta than rằng:

Thoắt sinh ra thì đà khóc chóe
Trần có vui sao chẳng cười khì?
Khi hỷ lạc, khi ái dục, lúc sầu bi
Chứa chi lắm một bầu nhân dục.
Tri túc, tiện túc, đãi túc, hà thời túc,
Tri nhàn, tiện nhàn, đãi nhàn, hà thời nhàn ...

Như thế thì đủ biết từ tao nhân mặc khách đến trưởng giả công tử, nơi chốn phồn hoa đô hội, hay nơi thôn dã quê mùa, ai ai cũng phải khóc khi sinh ra và trong chúng ta ai cũng chưa có được một nụ cười khi ra đời, chứng tỏ cuộc đời này là khổ, chẳng có gì vui. Nếu đời vui, người ta đã cười lúc được sinh, chứ không phải bắt đầu bằng tiếng khóc.

Nơi ta sống ngày hôm nay đây, cách đây mấy ngàn năm tổ tiên ta cũng đã sống. Do vậy mà sự sống chết dưới mắt một người hiểu đạo, chỉ như một cơn mộng thôi. Đã biết mộng rồi thì phải tỉnh mộng. Nếu đã biết cuộc đời là giấc mộng mà còn say mê trong đường mộng, quả thật chúng ta không tự sử dụng trí tuệ của mình để qua khỏi bến mê và trở về bờ giác.

Sau 1 năm hay 2 năm để tang, con trai, con dâu, cháu nội

cũng như con gái, rể, cháu ngoại và những người thân trong gia đình làm lễ xả tang.

Xả tang có nghĩa là cởi bỏ lớp áo tang ấy đi. Đây là cái khốn khó mà mình phải mang trong một thời gian dài để đền đáp công ơn sanh thành dưỡng dục của mẹ cha. Đến ngày Tiểu tường hoặc Đại tường gia đình mời chư Tăng Ni đến nhà làm lễ và cúng xả tang. Lần cuối con cháu vẫn mặc đồ tang. Sau khi tụng chú vãng sanh, các đồ tang được đem đốt. Có thể tại nhà hay ngoài huyệt mộ. Có nhiều nơi, vẫn còn theo xưa, không những đốt áo quần tang chế mà còn đốt theo những loại đồ bằng giấy như nhà cửa, xe cộ, vàng bạc, trâu bò, người hầu v.v... vì họ quan niệm rằng, có như thế, nơi cõi âm người chết mới có nhà để ở, người để sai, tiền để tiêu v.v... Ngày nay những người Phật tử không còn làm những chuyện này nữa mà dành số tiền ấy để giúp đỡ người nghèo hoặc in kinh ấn tống, phân phát ra cho mọi người đọc tụng vẫn có phước đức hơn.

Sau khi mãn tang, cứ mỗi năm người Việt Nam vẫn cúng giỗ người chết cho đến khi nào nhiều đời con cháu về sau quên đi thì thôi. Như vậy có thể kéo dài đến cả 100 hay 200 năm, mà người thân trong gia đình vẫn còn làm đám giỗ để cúng người đã chết. Với thời gian ấy họ đã đi đầu thai rồi. Tuy nhiên ngày giỗ cũng là ngày con cháu có cơ hội tụ họp lại với nhau cúng quảy và nhớ về ơn sanh thành dưỡng dục của người đã mất. Ở Á Châu, nhất là Việt Nam, những người sinh ra ở vùng quê, một phần vì chiến tranh, một phần không có lịch, nên người ta hay nhớ ngày chết của người thân của mình hơn là sinh nhật của bản thân. Bởi vậy, có nhiều người khi được hỏi - Bà hay ông sinh năm nào? Họ cứ đoán chừng trả lời năm thôi, chứ ngày và tháng sanh thì họ không nhớ. Lý do thứ ba quan trọng hơn hai lý do trên. Đó là quan niệm về sự tái sanh của Đạo Phật. Đạo Phật quan niệm rằng chết không phải là hết, mà chết chỉ là mới bắt đầu cho một cuộc sống khác. Vì vậy làm lễ cầu nguyện cho những người đã chết, sanh về một thế giới cao hơn, quan trọng hơn là làm sinh nhật cho chính mình. Quan niệm này giữa Đông và Tây có nhiều điểm không giống nhau. Vì người Âu Mỹ quan niệm rằng: chết là hết, không có luân hồi, đa phần là như vậy. Cho nên họ đã tận hưởng đời sống vật chất này, để đời sau không còn có khả năng nữa, nhưng quan niệm này, tại Âu Mỹ ngày nay cũng dần dần được thay thế bởi quan niệm của Phật Giáo. Nghĩa là phía sau sự chết của một kiếp nhân sinh, còn nhiều sự sống khác nữa.

Khoa học ngày càng tiến bộ, họ có thể đi đến mặt trăng và các hành tinh khác, nhưng càng khám phá ra cái mới, họ càng mù tịt về cuộc sống này. Cho nên nhiều khoa học gia đã kết luận rằng lời dạy của Đức Phật là đúng. Nghĩa là vũ trụ và con người này có thì từ cái không bắt đầu và chấm dứt từ chỗ không chấm dứt. Nói ngắn gọn là không có đầu và không có đuôi. Không có cuối cùng và cũng chẳng có nguyên thủy. Đi ra khỏi vòng tử sinh này, mới được gọi là người giác ngộ, nhưng không nhứt thiết chỉ là một đời, mà gồm nhiều đời, nhiều kiếp sống chồng chất lên nhau.

CHƯƠNG V

CÁC LỄ NGHI TUẦN THẤT, PHONG TỤC TẬP QUÁN VỀ TANG LỄ THEO TRUYỀN THỐNG CỦA TRUNG QUỐC VÀ NHẬT BẢN

Người Trung Quốc cổ xưa khác, người Trung Quốc thời vua chúa trị vì khác, người Trung Quốc thời cộng sản khác, thời hậu cộng sản khác và người Trung Quốc ở ngoại quốc cũng khác với người Trung Quốc tại bản xứ của mình.

Một dân tộc cổ có 5.000 năm văn hiến, chắc chắn có rất nhiều phong tục tập quán hơn là một đất nước chỉ có văn minh kỹ thuật cơ giới 200 năm. Do vậy mà khó so sánh nơi nào tốt, nơi nào xấu, nơi nào đúng, nơi nào sai. Nếu có sự so sánh ở đây, cũng chỉ là việc tương đối thường có trong cuộc sống hằng ngày, không mang một giá trị tuyệt đối nào cả.

Trước khi Khổng Tử và Lão Tử ra đời, Trung Quốc cũng đã có hơn 2.000 năm lịch sử và sau khi các bậc vĩ nhân ấy xuất hiện tại Trung Hoa, kể cho đến nay cũng đã hơn 2.500 năm rồi. Nghĩa là cùng thời với Đức Phật Thích Ca Mâu Ni, Giáo chủ của Phật Giáo. Lúc bấy giờ các vị vua, các vị Vạn thế Sư biểu này đã chế ra các quy củ, tập tục cho người Trung Hoa để họ sống theo tinh thần của Nho Giáo thời ấy. Ví dụ Đạo Khổng chủ trương rằng đàn ông ở trong xã hội phải có 5 đức tính căn bản để làm người. Đó là: Nhân, Nghĩa, Lễ, Trí, Tín.

Nhân có nghĩa là phàm làm người, phải có tình thương đối với nhân loại. Vì vậy ngày xưa ở Trung Quốc cũng đã có các vị vua cai trị dân rất dân chủ, nên đã được truyền lại rằng: *"Dân vi quý, xã tắc thứ chi, quân vi khinh."* Nếu vua chúa Trung Hoa cai trị dân theo đúng tinh thần này thì nước Trung Hoa khỏi cần làm cách mạng nữa. Vì cách mạng cũng cho dân và vì dân, chứ không phải cách mạng cho những người lãnh đạo được vinh thân phì gia. Dân là trên hết, sau đó mới đến đất nước và cuối cùng là người lãnh đạo. Nếu người lãnh đạo hiểu và thực hành được cái lòng nhân như vậy, quả thực đất nước sẽ an lành, thịnh trị.

Nghĩa đây là nghĩa vụ, cái nghĩa vợ chồng, cha con, huynh đệ, tôi tớ v.v... mỗi một đối tượng phải có bổn phận với nhau, không ai phải hy sinh cho ai cả.

Rồi đến *lễ* cũng vậy. Cái lễ của người học trò phải đối xử với Thầy dạy học ra sao? Phải đối với quan chức và vua chúa ra sao? Tất thảy đều phải học và hành để đời sống được thăng hoa trên mặt đạo đức.

Trí đây là sự học hỏi, trau giồi văn chương, kinh sử để ra đời giúp vua trị nước và cuối cùng là lòng tin tưởng giữa người và người.

Tín là lòng tin, nếu không có sự tin tưởng với nhau thì sẽ không thể lập nên những công nghiệp vĩ đại được.

Ngoài ra người Trung Quốc cũng đã có 3 điều phải thực hiện theo thứ tự ưu tiên, đó là: *Quân, Sư và Phụ.*

Quân tức là vua. Vua đứng đầu cả nước, nhờ vua có đức trị dân nên nước nhà mới an bình thịnh trị. Do vậy mà người dân, nhất là đàn ông phải có bổn phận cung kính vua chúa và nghe theo những mệnh lệnh của vua chúa truyền đạt.

Sư ở đây có nghĩa là Thầy. Thầy dạy đạo và Thầy dạy đời. Bất cứ ai, đã giúp ta, chỉ vẽ cho ta nên người, người ấy là Thầy của ta, ta phải có bổn phận nhớ ơn cho đến khi cuộc sống này không còn nữa.

Phụ nghĩa là cha, công cha nghĩa mẹ rất lớn, cha mẹ đã sinh ta, mang ta vào đời và nuôi ta lớn khôn lên giữa cuộc sống này.

Vậy là một đấng nam nhi, mày râu nam tử, không được phép quên ơn nghĩa cao cả của hai đấng sanh thành.

Người đàn bà đối với xã hội Trung Hoa thời cổ cũng đã có những bổn phận và trách nhiệm đối với gia đình, con cái, xã hội v.v... Đó là Tam tòng và Tứ đức.

Tam tòng có nghĩa là 3 điều phải theo suốt cả cuộc đời. Điều thứ nhất khi chưa lập gia đình phải nương theo cha mẹ mà sống. Điều thứ 2 khi đã kết hôn rồi phải nương theo chồng mà sống. Điều thứ 3 khi chồng chết phải nuôi con khôn lớn và nương con để cậy nhờ. Ba điều này so ra với ngày nay có những điều hơi cổ xưa, mà người phụ nữ ngày nay dầu ở Trung Hoa hay Nhật Bản và ngay cả ở Việt Nam cũng đều muốn vươn lên để cải cách và đòi hỏi nam nữ bình quyền.

Tứ đức là 4 đức tính của người đàn bà theo quan niệm của Nho Giáo cho đến ngày nay vẫn còn tốt đẹp. Đó là Công, Dung, Ngôn và Hạnh.

Công ở đây có nghĩa là những nghề nghiệp nữ công của người đàn bà như thêu thùa, may vá, nói chung là những nghề nghiệp nhẹ nhàng.

Dung ở đây là sắc đẹp. Sắc đẹp là một vũ khí tự nhiên mà người đàn bà có được, nên bảo trọng nó như vàng ngọc bên mình.

Ngôn là ngôn ngữ của người đàn bà phải tươi mát, ngọt ngào, tình cảm, khi nghe đến ai ai cũng mát lòng, dễ cảm mến.

Hạnh đây có nghĩa là tánh nết. Người đàn bà dù đẹp đến đâu mà đức hạnh không có, quả thật người đàn bà ấy không có gì để so sánh nữa. Do vậy mà người Việt Nam hay nói rằng: *"Cái nết đánh chết cái đẹp"* hay *"Tốt gỗ hơn tốt nước sơn"* là vậy.

Trước khi đạo Phật đến Trung Quốc, người Trung Quốc đã theo đạo Khổng là một đạo nhập thế, họ đã dạy cho người đàn ông Tam Cương, Ngũ Thường và đàn bà có Tam Tòng, Tứ

Đức. Ngoài ra người Trung Hoa còn sống theo Đạo Lão, coi đời là hư ảo, vô vi. Nên đạo Lão được xem như là một đạo xuất thế. Cả 2 đạo này đều không nói về luân hồi hay tái sanh mà chỉ nói tội phước, nhân, quả. Không nói về phép tu giải thoát, mà chỉ nói về cách sống thoải mái ở cảnh này hay cảnh tiên. Do vậy khi Đạo Phật đến xứ này đã dung hóa được phần triết học ở hình nhi thượng và các sinh hoạt bình thường ở hình nhi hạ, nên phải nói rằng Đạo Phật đến Trung Quốc mang một sắc thái mới, mà sắc thái ấy, ngày nay trải qua hơn 2.000 năm lịch sử khi Đạo Phật có mặt tại đất nước này đã được nhân dân chấp nhận một cách rất hài hòa, nổi bật.

Ngày nay nếu ai đó có dịp sang Trung Quốc thì phải công tâm mà nói chùa chiền của Phật Giáo nhiều gấp 100 lần đền thờ của Khổng Tử và Lão Tử. Về mặt nhân sinh quan, vũ trụ quan cũng thế, ảnh hưởng của Phật Giáo không ít trong đời sống sinh hoạt hằng ngày của nhân dân Trung Quốc, nhất là những người Phật tử vốn lấy triết lý của Đạo Phật làm kim chỉ nam cho cuộc sống của mình.

Người Trung Hoa cũng quan niệm "sống gởi, thác về" như người Việt Nam. Đây là một quan niệm chung, gần gũi giữa Nho Giáo và Phật Giáo. Phật Giáo cũng quan niệm "huyễn thân mộng trạch" như Ngài Quy Sơn người Trung Hoa đã dạy Tăng chúng trong văn Cảnh Sách. Nghĩa là thân này do tứ đại hợp thành. Đất, nước, gió, lửa này không có thật. Do nhân duyên hòa hợp, rồi cũng do nhân duyên tan rã mà thôi. Nhưng chúng sanh thấy có hình tướng con người, sự vật, vật thể v.v... nên chấp là có, nhưng kỳ thực thì không. Ngôi nhà mà chúng ta đang ở đây cũng không có thật. Tuy nó cấu tạo bởi gỗ, đá, gạch, sắt, cát, sạn v.v... nhưng những thứ này cũng do nhân duyên được tạo thành, rồi cũng sẽ do nhân duyên mà tan rã. Cho nên gọi là nhà mộng. Ngay cả 3 cõi Dục giới, Sắc giới và Vô Sắc giới này cũng thế, như trong kinh Pháp Hoa nói: Ba cõi không yên, giống như nhà lửa. Tất cả chúng sanh trong Ba cõi đều ở trong ngôi nhà lửa, đâu có vui gì. Tuy nhiên vì vọng tưởng, vì mê mờ, nên tất cả bị đắm chìm trong luân hồi sanh tử. Chư Phật và chư vị Bồ Tát đã chỉ cho ta lối ra, nhưng vì chúng ta ham vui nơi ngũ dục ở cõi đời này nên cuối cùng ở đời này được sanh làm người, nhưng kiếp khác lại rơi vào con đường ác. Hoặc giả đời này được làm chư Thiên, hưởng dục lạc nơi cõi trời, để rồi đời sau phải chịu trầm luân khổ sở. Cứ mãi mãi nhào lộn trong Ba cõi của sự luân hồi sanh tử như thế.

Người Trung Hoa ngày xưa cư tang nơi phần mộ của thân nhân, cho đến mãn tang mới thôi, nhất là những người chết chồng, hoặc chết vợ, nhưng ngày nay người Trung Hoa lục địa rất giản đơn, có khi còn không thấy nghĩa địa để chôn hài cốt nữa. Có lẽ vì người Trung Hoa trong hiện tại đông đảo và cần đất đai để canh tác, nên sau khi thiêu xác, họ đã rải tro tàn vào ruộng đất để bón phân, nên nhìn nơi nơi xứ xứ tại Trung Quốc không thấy một nấm mồ, ngoại trừ những ngôi mộ xưa còn lại được bảo quản rất cẩn mật. Vì những ngôi mộ này có tính cách lịch sử của nó như mộ của vua chúa hay chư Tăng, Ni.

Người Trung Quốc cũng quan niệm về tội và phước rất rõ ràng, nên khi sống họ cố gắng gây tạo phước đức để một mai có ra đi khỏi cõi thế này họ mong rằng sẽ hưởng được những gì đã làm được trong quá khứ. Có câu "Một người làm phước, ngàn người hưởng. Một cây trổ hoa, mười ngàn cây được thơm lây". Đây quả thật là một việc làm đầy ý nghĩa.

Người Trung Hoa tại Đài Loan khác và người Trung Hoa ở ngoại quốc lại càng khác hơn nữa, nhất là những người đã sinh sống làm ăn nơi các xã hội Âu Mỹ này, thì giờ quan trọng hơn là tiền bạc, nên họ làm ma chay cũng rất đơn giản và tang chế cũng không rườm rà như ở thời quá khứ xa xôi nữa. Vì quê hương họ đã xa ngút ngàn trong muôn vạn dặm. Nếu còn chăng, chỉ là những dư âm của thời xa xưa cũ mà thôi. Cha mẹ nhớ được tập tục nào thì truyền lại cho con cháu, chứ ít gia đình nào giống gia đình nào. Vì người Quảng Đông có phong tục khác, người Phước Kiến, người Triều Châu, người Hải Nam và người Bắc Kinh cũng thế. Ngày xưa người Trung Quốc còn cư tang đến 3 năm, chứ bây giờ hầu hết những người Trung Hoa ở ngoại quốc chỉ cư tang trong vòng 49 ngày. Có nơi sau khi chôn đã xả tang rồi. Vì họ quan niệm rằng để tang chế như thế rất khó làm ăn và phát triển kinh tế. Khi chết họ cũng khóc lóc thảm thiết, làm phước bố thí cúng dường, nhưng sau một thời gian ngắn họ cũng quên đi mau chóng. Điều ấy cũng giống như những cặp tình nhân thôi. Giai đoạn đầu mấy năm còn mặn nồng tình nghĩa, sau khi sanh con đẻ cái rồi, nhan sắc đã tàn phai, công danh sự nghiệp không đạt thành, sẽ có nhiều dấu hiệu chia rẽ. Lúc bấy giờ chỉ nhớ với nhau toàn là những chuyện xấu trong cuộc sống chứ đâu có ai nhớ đến cái tốt, cái đẹp của người xưa đâu.

Ngày xưa tại Trung Hoa có lễ Tết Thanh Minh cũng rất có ý nghĩa. Mỗi năm vào tháng 3 âm lịch, cả dân tộc đều có một ngày lễ gọi là tảo mộ. Có nghĩa là đi thăm mồ mả ông bà tổ tiên, có nơi còn giẫy cỏ trên nấm mồ, sau đó về nhà cúng kiến rất linh đình nhằm nhớ ơn tổ tiên đã gây dựng cho dòng họ và sự nghiệp của con cháu được phát đạt. Đây cũng là một tục lệ hay. Không biết ngày nay người Trung Hoa tại lục địa có còn giữ không, chứ nhiều người Trung Hoa sống tại ngoại quốc vẫn còn giữ gìn tục lệ ấy. Người Việt Nam đôi khi còn quên ngày lễ này, chứ người Trung Quốc thì họ đặc biệt lưu tâm về ngày lễ cổ truyền của dân tộc.

Tục ngữ có câu: *"Ở đâu có lửa thì ở đó có khói."* Điều ấy hiển nhiên, nhưng ngày nay người ngoại quốc hay đặt cho người Trung Hoa một câu tục ngữ khác là: *"Ở đâu có người Trung Hoa là ở đó sẽ có lửa."* Mà quả thật như vậy, người Trung Hoa đi đến đâu cũng sống bằng nghề buôn bán, chí thú làm ăn, ít trọng công danh sự nghiệp như người Việt Nam, mà ở họ kinh tế phải đi hàng đầu. Do vậy người Trung Hoa khi chào nhau ít mở miệng bằng câu hỏi *"mạnh khỏe không"* như người Âu Mỹ mà họ hỏi: *"Đã ăn cơm chưa?"* Câu hỏi này cũng có nhiều ý nghĩa rất tế nhị. Thứ nhất có nghĩa là: Có đầy đủ cơm gạo để sống không? Thứ 2 trong tình nghĩa đồng bào ruột thịt, nếu chưa ăn thì xin mời ăn chung với gia đình. Tựu chung câu hỏi ấy cũng chỉ hướng về sức khỏe. Vì nếu yếu đuối, bịnh hoạn làm sao ăn uống được. Chỉ khi nào mạnh khỏe mới có thể gánh vác công việc nhà, hãng xưởng được.

Nhìn chung ở người Trung Hoa họ thích tạo phước hơn người Việt Nam và do cái phước hữu lậu này nên đi đâu họ cũng giàu có, đùm bọc với nhau để sống. Đối với họ chữ tín là đứng hàng đầu. Mặc dầu họ không có những tờ giấy giao kèo bằng bút mực có chữ ký của đôi bên như tại Âu Mỹ, nhưng lời hứa của một người đối với một người, đó là một bằng chứng đáng tin cậy nhất. Nếu lời hứa không thực hiện, kể như người đó không được tin tưởng nữa.

Xã hội mỗi ngày mỗi biến thiên, thay đổi. Riêng tôi, đặc biệt nghiên cứu về các phong tục tập quán của người Trung Quốc lúc để tang cũng như lo tuần thất, do vậy xin lướt qua phần nơi đất nước này tôi đã có cơ hội sống 5 năm rưỡi và sống tại một ngôi chùa Nhật, do vậy mà ít nhiều về phong tục tập quán của họ cũng được biết sơ qua và sau đây là những phong tục tập quán của người Nhật đối với người đã mất.

*
* *

Nhiều người thường nói rằng: *Người Nhật trong hiện tại khi sanh ra tại nhà thương, lớn lên tại nhà, làm đám cưới tại nhà thờ và khi chết đi gởi cốt của mình vào chùa.* Bất luận là khi người ấy còn sống theo tôn giáo nào, họ không nhất thiết phải là Phật tử, lúc chết họ đều đến chùa và không nhất thiết là một tín đồ của Thiên Chúa Giáo, lúc kết hôn thường hay cử hành tại nhà thờ.

Trong thực tế Thiên Chúa Giáo đã có mặt tại Nhật hơn 400 năm nay, nhưng họ chỉ chiếm 1% dân số, trong khi đó tại Việt Nam là 10%, Nam Hàn đã hơn 50% và Phi Luật Tân đã chiếm 80% rồi. Mỗi năm lễ Giáng Sinh vào ngày 25 tháng 12 thấy bánh trái bày bán khắp nơi trên toàn xứ Nhật, nhưng điều này chỉ có giá trị trên vấn đề thương mại, chứ không phải là ý thức tôn giáo. Xin đừng lầm lẫn điều quan trọng này khi quý vị đặt chân đến xứ Nhật.

Kể từ cuộc cách mạng của vua Minh Trị năm 1868, cách nay 130 năm chẵn, nước Nhật chưa mở cửa buôn bán với các nước phương Tây ồ ạt như bây giờ. Dĩ nhiên trước đó, đời sống của họ rất thuần thục và rập theo khuôn mẫu của nền giáo dục Trung Hoa. Phải thành thật mà nói rằng: Nếu không có văn hóa của Phật Giáo du nhập vào Nhật Bản ở thế kỷ 7, lúc bấy giờ Thánh Đức Thái Tử lấy Tam quy, Ngũ giới của Đạo Phật làm hiến pháp để chăn dân, trị nước, thì ngày nay người Nhật Bản đã không phải là người Nhật Bản trong hiện tại rồi. Người Nhật Bản của thế hệ hiện tại là người Nhật Bản biết quý trọng giá trị cổ truyền đem dung hòa với học thuật Âu Mỹ để đưa xã hội vào đời sống tinh thần có chiều hướng phát triển thuận chiều chứ không phải nghịch lý. Điều này chỉ nhắm đến đại đa số của quần chúng, tín đồ, chứ không nói riêng một nhóm, một tông phái nào cả. Đây cũng là một đặc trưng quan trọng của tinh thần người Nhật. Ví dụ Đại Hàn và Việt Nam là 2 điển hình. Cả 2 nước này Phật Giáo cũng là một tôn giáo lâu đời nhất, nước thì được truyền vào cuối thế kỷ 2, nước thì cuối thế kỷ 5, nhưng khi Thiên Chúa Giáo đến, họ chấp nhận Thiên Chúa một cách rất dễ dàng hơn là Nhật Bản. Câu hỏi tại sao có lẽ phải hỏi nhiều lần cho nhân dân Nhật Bản và người Việt Nam cũng như người Đại Hàn phải trả lời lấy. Nếu nói giáo lý của Đạo Phật không còn thích nghi nữa với người Việt Nam và Đại Hàn cũng không đúng. Nếu nói vậy, tại sao giáo lý của Phật Giáo lại thích hợp với Nhật Bản. Điều này có lẽ ảnh hưởng bởi dân tộc tính của từng nước nhiều hơn. Ví dụ như Đạo Phật phát xuất từ xứ Ấn, mà ngày nay Đạo Phật tại Ấn chưa đến 1%. Điều ấy không có nghĩa là giáo lý của Đức Phật không phù hợp với dân tộc Ấn, mà trái lại cái tình tự dân tộc, cái văn hóa lâu đời đã ảnh hưởng không nhỏ với dân tộc họ khi tin tưởng theo một đạo nào. Nghĩ lại cũng đáng lưu tâm. Đạo Phật tại các xứ Á Châu khác hay ngay cả Âu, Mỹ, Úc, Phi Châu ngày nay phát triển một cách rầm rộ, trong khi đó tại Ấn thì không. Đạo Thiên Chúa cũng thế. Ngày nay tại thánh địa Do Thái, nơi mà Chúa sinh ra, có nhiều người tin Chúa bằng ở Mỹ, Âu, Úc, Á, Phi hay không? Kể cũng là một điều lạ, nhưng sự giải thích có nhiều lý do riêng lẽ của nó.

Trong các chùa tại Nhật hay những nghĩa địa công cộng đều có dựng tượng Địa Tạng. Đây là hình thức cầu nguyện cho những linh hồn chết yếu khi mới sinh. Trước các tượng Địa Tạng này người ta hay cúng bánh trái, hoa hương, đèn cầy v.v... nhằm cầu nguyện cho những vong linh này siêu thoát. Mỗi vong linh là mỗi tượng Địa Tạng, nên hầu như ở bất cứ vườn chùa Nhật Bản nào cũng có thờ nhiều tượng Địa Tạng.

Người Nhật cũng quan niệm rằng: Chết không phải là hết. Do vậy mà sự cầu nguyện để được tái sanh thường hay lặp đi lặp lại đời này qua kiếp nọ, trở thành một thói quen của dân tộc này. Sau khi Phật Giáo du nhập vào Nhật Bản vào thế kỷ 6, 7, tại Nhật chưa có tôn giáo nào rõ ràng, ngoại trừ nhân dân tin vào các vị thần linh như sấm sét, mặt trời, gió, núi v.v... Sau thời kỳ Phật Giáo phát triển mạnh vào giai đoạn thế kỷ 7 đến 13, các vị quân vương cũng muốn sáng chế ra cho mình, cho triều đình và cho dân chúng một tôn giáo mới để dễ bề cai trị gọi là Thần Đạo "Shinto". Đây là một sự lặp lại các quy củ như của Khổng Giáo tại Trung Quốc, nhưng mang nhiều sắc thái của Nhật Bản hơn. Điều này cũng giống như Anh Giáo của Hoàng gia Anh, Chính Thống Giáo của Nga hoàng. Các vị vua chúa thời xưa, đa phần đều nghĩ rằng mình thay trời để trị dân, nên có nhiều quyền thưởng phạt trong tay và hơn thế nữa, rất hiện thật, nên nhiều ông Vua, bà Nữ Hoàng cứ tưởng mình là thần linh, nên đã bắt dân chúng tin theo và tung hô như là một vị Thần thực tế. Những gì giả danh nhưng cứ lặp đi lặp lại hoài cũng sẽ trở thành sự thật, nếu người đời sau không kiểm chứng lại những việc làm đã qua.

Các chủ nghĩa trên thế gian này biến đổi qua nhiều thời đại khác nhau. Từ chủ nghĩa thần linh gồm có đa thần, tiến lên chủ nghĩa cộng đồng, chủ nghĩa quân chủ chuyên chính rồi biến thể qua chủ nghĩa quân chủ lập hiến, rồi cộng hòa, rồi dân chủ, rồi xã hội, rồi xã hội chủ nghĩa, rồi tư bản chủ nghĩa v.v... Các chủ nghĩa này cứ thay đổi hoài, nhưng lý thuyết của các tôn giáo nhất là Phật Giáo chưa bao giờ thay đổi cả và tồn tại suốt cả một chiều dài lịch sử hơn 2.500 năm, nhất là vấn đề tái sanh cũng như thuyết nhân duyên và nghiệp lực. Cho hay cái gì nó hợp với lòng dân thì tồn tại lâu dài, cái gì không thích hợp, tự nó qua thời gian cũng phải bị thay đổi.

Riêng Phật Giáo, không những còn tồn tại vững vàng mà ngày nay còn phát triển một cách rất có quy cũ tại các nước ở Âu Châu, Mỹ Châu, Úc Châu và ngay cả Phi Châu trên quả địa cầu này. Cây Phật Giáo phát xuất từ Á Châu, rễ được mọc tại quê hương ở Ấn Độ, thân cây giác ngộ ấy tăng trưởng tại Á Châu, rồi đâm chồi nảy lộc, ra hoa kết trái tại Âu Mỹ ngày nay. Đó là kết quả của một giáo lý thực nghiệm, không sai trái với thuyết nhân duyên sanh. Vì Đức Phật là một bậc đại trí tuệ siêu phàm, cho nên dưới cái nhìn của Ngài, không có gì có thể phản bác lại được, mà trái lại ngày nay khi khoa học càng tiến bộ chừng nào thì giáo lý của Phật Giáo càng được làm sáng tỏ tính cách hợp lý chừng ấy. Đây là điều mà mọi người con Phật rất vui mừng cũng như tin tưởng vào giáo lý siêu việt giải thoát của mình đang tin theo.

Người Nhật không bắt buộc có bảo hiểm xã hội và bảo hiểm sức khỏe như người Âu Châu trong hiện tại, mặc dầu Nhật

Bản là một xã hội rất tân tiến. Do vậy khi bị đau ốm tốn kém vô cùng. Khi Tổng Thống Clinton tranh cử chức vụ này để được vào tòa Bạch Ốc, ông ta cũng đã hứa là sẽ tổ chức xã hội và y tế giống như mô hình của Đức, nhưng đến nay đã hơn một nhiệm kỳ rồi, ông ta cũng chưa thực hiện trọn vẹn được lời hứa ấy cho nước Mỹ. Ở đây ai đau bịnh chở vào nhà thương, điều đầu tiên không phải bị hỏi về bịnh tình mà hay bị hỏi về việc có bảo hiểm sức khỏe hay không? Ở Âu Châu không như thế, họ cứu người quan trọng hơn là phương tiện. Ở Á Châu, nhất là Nhật, vấn đề bảo hiểm sức khỏe không có tánh cách bắt buộc như ở Đức. Do đó khi bị bịnh nằm xuống quả thật tốn kém vô cùng. Có nhiều người giàu có, nhưng qua một cơn bịnh thì tán gia bại sản. Trong khi những người nghèo không có bảo hiểm sức khỏe là điều nan giải vô cùng. Từ lý do này có nhiều người đành ở nhà để chết, chịu đau đớn, chứ tiền đâu ra để chữa bịnh.

Ở Nhật, người chết cũng có thể quàn tại gia, nếu nhà cửa của người chết rộng rãi. Tại đây không bắt buộc đem vào nhà quàn hay nghĩa địa để làm lễ, mà tất cả các lễ nghi đều được thực hiện tại chùa.

Nếu người mất là một Phật tử thì các nghi lễ sẽ được chuẩn bị như sau:

Tang chủ điện thoại đến chùa mời Thầy đến nhà để cúng. Đặc biệt là quan tài chỉ đưa về nhà trước đó một đêm để tụng kinh mà không để lâu như ở Việt Nam hay Trung Quốc. Đêm đó gọi là Ostsuja - nghĩa là *"thông dạ"* qua đêm - cũng có nghĩa là suốt đêm đó gia quyến sum vầy để tế lễ hương linh và ngày mai sẽ đưa đám.

Chung quanh quan tài có để những cây đèn điện, trên quan tài có để hoa tươi và trước quan tài có để lư nhang cũng như hình của hương linh. Ở Nhật người ta đốt nhang bột hoặc nhang cây nhưng không có cộng ở giữa như Việt Nam và Trung Hoa. Mỗi người lên viếng hương linh đều đốt nhang hiến cúng, lễ này gọi là lễ thiêu hương và những người đến thăm đám tang thường hay chia buồn với tang chủ bằng 3 chữ: "Ngự sầu thương" (Goshùsho). Mọi người đều mặc đồ đen, chứng tỏ sự đau buồn với tang quyến. Ngay cả tang chủ cũng mặc đồ đen từ áo cho đến quần, cà-vạt, giày, mũ, găng tay v.v... Tục lệ này người Nhật hoàn toàn bị ảnh hưởng bởi người Âu Châu, có lẽ là sau cuộc sửa đổi cải cách của vua Minh Trị Thiên Hoàng vào năm 1868.

Đám cưới họ cũng mặc đồ đen, ngoại trừ cô dâu mặc đồ trắng. Ngày nay tất cả lễ tại Nhật đều như vậy. Tất cả đều giống nhau, không một ai ra ngoài thông lệ ấy. Riêng người Việt Nam chỉ quy định nơi tang chủ có người mất chứ chưa ra đến người ngoài. Ví dụ ở Việt Nam tất cả gia đình tang chủ đều mặc đồ trắng khi có đám tang, nhưng những người đi đưa tang không nhất thiết phải mặc đồ trắng. Còn đi đám cưới lại muôn màu, muôn vẻ khác nhau. Nhìn một dân tộc đi vào nề nếp có lẽ nên nhìn ở nhiều phương diện, mà cách ăn mặc là một.

Người Nhật ít khóc khi đưa đám như người Việt hay người Hoa. Tuy cũng là người Á Châu, nhưng những phong thái của người Nhật ngày nay đa phần giống Âu Mỹ, mặc dầu còn một số phong tục tập quán đẹp họ giữ gìn lại, ngoài ra bị Âu Mỹ hóa rất nhiều, ngay cả ngôn ngữ. Tại Nhật hầu như 99,99% là thiêu, dĩ nhiên còn 0,01% là chôn. Đó là những vị Vua, Hoàng Hậu, Đại Tăng v.v... Vì lẽ tại Nhật đất đai rất hiếm, người đông, do vậy mà thiêu là đúng nhất và rất hợp vệ sinh.

Quan tài sẽ được đưa lên xe đến lò thiêu. Tại Nhật có rất nhiều lò thiêu và lò thiêu rất lớn, mỗi lò có thể thiêu một lần cả 50 đến 100 người. Mỗi lần thiêu độ 1 tiếng đồng hồ cho người lớn và 30 đến 45 phút cho trẻ em. Khi quan tài được đưa vào lò thiêu, thân nhân và người đi đưa đám đứng ở trước nơi thiêu để tụng kinh trong vòng 1 tiếng đồng hồ ấy.

Nếu là Thiền Tông thì sẽ trì tụng Bát Nhã và Tứ Hoằng Thệ Nguyện.

Nếu Tịnh Độ Tông hoặc Tịnh Độ Chơn Tông thì tụng kinh Di Đà, niệm Phật.

Nếu là Mật Tông thì trì chú và tụng vãng sanh.

Sau 1 tiếng đồng hồ ấy, tấm bửng nâng quan tài sẽ được kéo ra, bấy giờ chỉ còn có xương, ngoài ra không còn một vật gì khác. Mỗi người để lại mỗi loại xương khác nhau. Người thì trắng, kẻ thì đen, người màu nâu, kẻ màu nhạt. Tất cả đều do nhân duyên và nghiệp lực của mình gây tạo trong đời, mà kết quả sẽ thể hiện vào lúc lâm chung này. Mọi người trong tang quyến dùng đũa để gắp xương còn lại sau khi thiêu bỏ vào hủ và cả gia đình mang hủ tro cùng xương ấy về chùa. Tại chùa, cốt này sẽ được để 49 ngày hay một năm, sau đó đem cốt vào huyệt mộ gọi là lễ nạp cốt. Các cốt này sẽ để chung với cốt của ông bà cha mẹ đã quá vãng.

Tại Nhật đất đai quý hơn vàng. Ví dụ, tại Shinjuku, mỗi thước vuông đất, giá chừng 200 đến 500.000 $US, do vậy tất cả đều phải vén khéo. Ngay cả nơi ở lúc còn sống của người Nhật cũng phải vừa co giãn đủ chỗ chớ không có dư thừa. Vì đất chật, người đông. Trong khi đó chùa chiền lại có nhiều đất, nên trong vườn chùa là một nghĩa địa. Ở Việt Nam cũng vậy, nhưng nghĩa địa ở Nhật chỉ chôn toàn cốt đã thiêu, chứ không phải chôn luôn cả quan tài như tại Việt Nam. Tại Nhật, ở những nhà mồ của mỗi gia đình như thế thường hay xây nhiều tầng dưới lòng đất, đến khi có người mất, lại để cốt vào, rất đơn giản, sạch sẽ và ngăn nắp.

Sau khi đi đám ma về, mọi người sẽ được mời dự một đại yến. Tiệc này dùng để tẩy rửa những gì xấu xa nên mất đi. Do vậy mà những gì buồn thảm trong những ngày tang chế lại trôi qua một cách nhanh chóng. Điều này người Nhật khác với người Trung Hoa và Việt Nam. Người Việt Nam và Trung Hoa nếu trong thời gian tang chế 3 năm ấy có ai mời cưới hỏi, về nhà mới, khai trương cửa tiệm, sinh nhật v.v... đều không tham dự, lấy lý do là đang cư tang cho cha hay cho mẹ, cho chồng hay cho vợ, nhiều lắm là gởi thiệp hoặc quà tới nhà người thân để tặng thôi.

Người Trung Hoa sau khi dự lễ tang chỉ tặng mỗi người một sợi chỉ đỏ, tượng trưng cho hồng phước sẽ đến với người mình chúc. Một cây kẹo tượng trưng cho sự ngọt ngào, xả đi bao phiền trược của thế gian.

Người Việt cũng không muốn cái xui xẻo ấy mang về nhà, nên sau khi đưa đám ma trở về, ở trước cửa nhà có để một chậu nước, trong ấy có để lá chanh, lá bưởi thơm tho, mà mỗi người trước khi vào nhà đều phải rửa tay, rửa mặt, tượng trưng cho những gì xấu xa, rối rắm phải bỏ ngoài cửa.

Cho hay mỗi dân tộc có một tập quán khác nhau và mỗi một quốc độ có một văn hóa khác nhau, do vậy mới có nhiều điều không thích hợp với dân tộc này mà lại thích hợp với dân tộc khác. Người Phi Châu quan niệm về cái chết khác người Âu Châu. Người Mỹ Châu khác với người Á châu và người Úc Châu và trong khi đó cùng một Châu Á, nhưng người Ấn Độ quan niệm về cái chết khác với người Trung Hoa và Việt Nam, nhưng tất cả phải hiểu rằng: Chết là hết. Tất cả chỉ là giả danh, không có gì thực tướng cả. Ngay đến bản thân của chúng ta cũng chỉ do sự giả hợp của đất nước gió lửa mà thành.

Cho nên, không có gì là thật ngoại trừ bản thể chơn như của tâm thức. Chính cái tâm thức của mỗi người nó sai khiến chúng ta đi đầu thai, cao hay thấp, thiện hay ác, đều bị lệ thuộc vào dòng tư tưởng, sự hiểu biết ấy. Giác ngộ là Phật, Bồ Tát, La Hán. Nếu mê, thì đó là chúng sanh là phàm phu, tục lụy. Chỉ đơn giản thế thôi. Ở bất cứ tôn giáo nào, đất nước nào, phong tục nào đi chăng nữa cũng hướng con người vào nẻo thiện. Khuyên con người lúc sống cũng như trước khi chết phải tạo nhiều nhân duyên tốt đẹp, để khi thác sanh được đầu thai vào những thế giới cao hơn. Thế giới ấy có thể là Niết Bàn, Thiên

Đàng, cõi giải thoát, cõi Hư Vô, Cõi Vô sanh, Cõi An vui tịch diệt v.v... tất cả đều là chân lý, nhưng chân lý ấy hợp với mỗi đạo và mỗi người. Không có cái nào hơn cái nào, không có cái nào kém cái nào cả.

Cuộc đời là gì nhỉ? Chẳng ai trả lời được câu hỏi này cho trọn vẹn. Vì nó đa diện. Dưới mắt một người tu, họ sẽ trả lời khác. Dưới mắt nhà nghệ sĩ, nhà kinh doanh v.v... chắc chắn sẽ có nhiều nhận thức khác nhau, nhưng ít ai nắm vững được bản chất vô thường của nó. Nó giống như điện chớp, như sương sa, như gió thoảng, như mưa bay... không có một ý nghĩa gì cả. Một người khi sinh ra bằng 3 tiếng khóc chào đời, lớn lên bằng sữa mẹ, bằng cơm cháo. Sau đó ăn học và vào đời lập nghiệp để rồi tranh danh đoạt lợi, cốt thỏa chí tang bồng. Người được, kẻ không, người thất bại liên tục, kẻ thành công hùng vĩ. Có người giàu có thì vui, lo thủ thế để kiếm lợi. Người nghèo thì buồn chán, tự tử quyên sinh hoặc thất vọng đi vào với con đường hút sách, vui say với men rượu... Tất cả chỉ là hình tướng. Tất cả chỉ là giả danh, nhưng khi còn đang sống có ai hiểu được việc này chăng? Hay dẫu có hiểu đi chăng nữa, nhưng lúc nào cũng lo thủ, để rồi một ngày nào đó xả báo thân này cũng đâu có mang được gì theo, ngoại trừ cái tâm thức, vốn không muốn mang theo, nó cũng cứ theo ta hoài.

Giờ đây nghĩ lại chuyện vô thường mà ngán ngẫm, ngán cho tình đời nghĩa đạo, ngán cho kiếp nhân sinh. Sống ở đây hay ở đâu đó trên quả địa cầu này không ra ngoài ngũ dục. Đó là tiền tài, sắc đẹp, danh vọng, ăn uống và ngủ nghỉ. Mọi tiện nghi ngày nay có được của con người, đều phục vụ cho năm thứ này. Trong khi đó phần tâm linh của chúng ta thì như thế nào? hầu như bị bỏ trống, bỏ rơi trong quên lãng của vô tình mà nhiều khi cũng có phần cố ý nữa. Nhiều người không nghĩ rằng mình phải chết ở bất cứ một thời điểm nào đó, cho nên mãi say mê với danh với lợi, với quyền thế bạc vàng, nhưng cuối cùng những loại này cũng giống như ông Trưởng Giả có 4 người vợ đã trình bày bên trên thôi. Những người mình thương nhất, cuối cùng họ sẽ là những người xa mình trước nhất, những thứ mình không ưa nhất, như nghiệp lực và nhân quả, trái lại nó lại gần gũi mình nhất. Đó là một định luật, nhân nào quả nấy, nhưng rất hiếm người lưu tâm, chỉ đến khi nào hữu sự, lúc ấy mới la hoảng như chữa cháy. Khi cháy xong rồi cũng lãng quên luôn, lo huân tập những nghiệp lực khác, chứ ít ai lo vun bồi phước đức nhiều hơn tạo nghiệp. Do vậy mới sanh tử luân hồi, mới triền miên trong cảnh khổ của thế nhân.

Trong kinh điển Phật Giáo thường hay ví dụ về ngũ dục với câu chuyện điển hình như sau:

"Có một người đang bị con voi dữ rượt chạy, anh ta đến một miệng giếng hết đường thoát thân, do vậy mà anh ta nương theo dây để leo xuống giếng nhằm tránh voi dữ, nhưng khi gần tới đáy giếng rồi thấy mấy con rắn nên chẳng dám xuống, trong khi đeo chơi vơi với rễ cây, anh ta ngước đầu nhìn lên thấy 2 con chuột, một đen và một trắng đang gặm sợi dây mà anh ta đang bám víu vào đó. Bỗng nhiên từ đâu một bầy ong bay lại, nhỏ vào miệng anh ta 5 giọt mật, anh ta lấy lưỡi liếm những giọt mật ngọt lịm ấy và quên đi những gì đang vây hãm chung quanh mình."

Câu chuyện chỉ có thế, nhưng nếu giải thích ra thì rất lý thú. Con voi dữ tượng trưng cho sức mạnh của sanh tử. Hai con chuột trắng đen tượng trưng cho thời gian ngày và đêm. Rễ cây tượng trưng cho sự vô thường. Rắn độc tượng trưng cho nghiệp lực và 5 giọt mật tượng trưng cho ngũ dục tài, sắc, danh, thực, thùy. Cuộc sống của chúng ta cũng đều giống hệt như vậy. Chỉ vì mật ngọt trong chốc lát, chúng ta quên đi các cảnh khổ trong cuộc đời cũng trong chốc lát thôi, nhưng sau khi mật hết, cái khổ vẫn còn chung quanh mình. Đó là nghiệp lực, đó là nhân quả luân hồi. Nếu chúng sanh nào cũng liễu ngộ được điều này thì việc tinh tấn tu hành để cầu giải thoát không còn khó khăn nữa, chỉ có những người hiểu mà không làm, hoặc giả cố tình làm ngơ thì bao giờ cũng còn phải gặp nhiều gian truân trong vòng sanh tử, tử sanh mà thôi.

Nhưng đặc biệt một điều, mọi tông phái của Phật Giáo Nhật Bản đều chủ trương "tức thân thành Phật" nghĩa là: Ai chết rồi cũng sẽ thành Phật. Dĩ nhiên là Phật Giáo Nhật Bản cũng có tin luân hồi, nhưng trong nghiệp này ai làm thiện, kiếp sau sẽ không bị luân hồi sanh tử nữa, mà sẽ được chứng quả Niết Bàn. Cũng như Nhật Liên Tông (Nichirenshyu) họ tin rằng: Đức Phật Thích Ca đã nhập diệt từ lâu, chỉ có những vị Tổ mới là hiện thân của Phật. Từ lý do này Nhật Liên Tông của Nhật Bản thờ Tổ ngay giữa chánh điện, còn Phật không có hình tượng nào cả hoặc nhỏ hơn Tổ, hoặc chỉ còn câu kinh duy nhất lồng vào bài vị: Nam Mô Diệu Pháp Liên Hoa Kinh. Đây là việc làm có chủ trương của các vị Tổ, hoặc giả người đời sau nương theo ý Tổ để đưa Tổ lên địa vị Phật, mà đa phần các tông phái Phật Giáo Nhật Bản đã làm. Nhật Liên Tông hay tụng phẩm Phương Tiện thứ 2 và phẩm Như Lai Thọ Lượng thứ 16 của kinh Diệu Pháp Liên Hoa và họ nghĩ rằng thời hiện tại chỉ có Ngài Nhật Liên là vị Phật của Phật Giáo Nhật Bản mà thôi.

Riêng Tịnh Độ Tông và Tịnh Độ Chơn Tông của Phật Giáo Nhật Bản có thờ hình tượng Đức Phật A Di Đà, Quán Âm, Thế Chí ngay tại chánh điện, nhưng Tổ Đường của Ngài Thân Loan Thánh Nhơn (Shinranshònin) vị khai sáng Tông này cũng to bằng hoặc đôi khi lớn hơn chánh điện thờ Phật.

Đây là tư tưởng của Phật Giáo Nhật Bản khác với Phật Giáo Trung Hoa và Việt Nam. Nơi chánh điện, nơi trang nghiêm thanh tịnh nhất, bao giờ cũng dùng để thờ Phật, còn chư vị Tổ Sư luôn luôn thờ phía sau Phật và khiêm nhường hơn. Vì đó là cái đức mà chư Tổ vốn khi còn sống rất khiêm cung, cũng lấy Phật làm bậc Thầy, soi đường chỉ lối, chứ tự thân các Ngài, nếu không có Phật và giáo lý của Đức Phật, các Ngài cũng không làm Tổ được.

Đa phần Phật tử Nhật Bản cũng quan niệm *"tức thân thành Phật"* như thế, nên những giới thể căn bản của người tại gia hầu như không được hành trì. Ngay cả chư Tăng Ni cũng không lấy giới luật làm đầu, mà ở Nhật Bản trong hiện tại lấy phương tiện hành Bồ Tát đạo làm đầu trong sự tu học của mình.

Điều này đúng hay sai cũng khó kết luận. Vì như trên đã trình bày, mỗi một dân tộc, một quốc độ có một phong tục, tập quán khác nhau. Rồi mai đây, Phật Giáo được truyền vào Âu Mỹ một cách sâu rộng, tư tưởng này cũng sẽ bị biến thể nữa để phù hợp với căn cơ và trình độ của chúng sanh ở những quốc độ theo chủ nghĩa tự do này. Quả thật cũng khó lường về hậu quả của những tư tưởng này, nhưng đây là một vấn đề thực tế mà những người có trách nhiệm với mạng mạch của Phật Giáo cần phải lưu tâm.

Sau khi thiêu, người Nhật không làm tuần thất như người Việt Nam và Trung Quốc, mà cứ mỗi năm đến ngày giỗ họ tới chùa hoặc mời Thầy về tư gia để cúng. Họ cúng chừng vài năm như thế thì nghỉ và cứ 10 năm, 25 năm, 50 năm, 75 năm và 100 năm họ cúng một lần. Đây cũng là hình thức để nhớ ơn tổ tiên và đời đời con cháu phải lấy cái đức độ của ông bà để noi theo.

Tại Nhật mỗi năm có 3 lễ lớn của Phật Giáo, đó là lễ Bỉ Ngạn (Higan) vào mùa xuân từ 21 đến 28 tháng 3 và mùa thu vào ngày 21 đến 28 tháng 9. Ngoài ra lễ Vu Lan cũng là một đại lễ rất quan trọng của Phật Giáo Nhật Bản được cử hành vào ngày 15 tháng 7 dương lịch. Ngoài 3 lễ ấy ra có một lễ lớn khác, đó là Tết Nguyên Đán. Lễ này người ta ít đi chùa như ở Việt Nam mà hay đến đền thờ của vua chúa để xin xăm. Đây là một tục lệ đã có từ ngàn năm tại Nhật Bản. Tuy vua chúa trong hiện tại không còn là hiện thân của quyền lực nữa, nhưng người Nhật đã làm việc này như một thói quen, cũng như việc cưới hỏi, tuy không là con chiên của đạo Thiên Chúa nhưng họ mang vào nhà thờ để làm lễ như vậy.

Người Nhật Bản cũng có nguồn gốc văn hóa phát xuất từ Trung Hoa, họ chỉ sửa đổi một ít để phù hợp với tinh thần của dân tộc họ và điều đó cũng là một điều dễ hiểu, khi các dân tộc Á Châu hoặc Âu Châu muốn thoát ra khỏi thân phận chư hầu của các đại quốc như Trung Hoa hay Pháp, Ý .v.v...

Ngày xưa khi kỹ nghệ chưa phát triển, con người vốn còn cuộc sống thô sơ với nông nghiệp. Con người có nhiều thì giờ với nội tâm hơn. Còn ngày nay, tất cả đều chạy theo thời giờ. Cũng vì thời gian không có nên mọi lễ nghi cũng rất đơn giản, không trang trọng như ngày xưa. Tất cả đều làm cho có lệ. Vì xưa bày nay bắt chước. Không còn tính cách thiêng liêng nữa. Có nhiều nơi bị thương mại hóa rất nhiều, ngay cả đám tang. Thật là đau lòng. Không biết rằng văn minh vật chất còn tiến đến đâu nữa và lúc ấy con người sẽ ra sao, khi đời sống tâm linh của con người, càng ngày càng bị chôn vùi vào trong quên lãng.

Cũng vì lý do hiện đại hóa, kỹ nghệ hóa đó mà người Nhật ngày nay các lễ nghi cũng bị ảnh hưởng rất nhiều. Ví dụ một tuần lễ Vu Lan, một tuần lễ Higan vào mùa xuân và một tuần lễ Higan vào mùa thu chư Tăng Ni tự động đi đến nhà Phật tử để tụng kinh cầu nguyện, mà không cần có lời thỉnh mời của đàn gia, tín đồ. Điều này trở thành một nghiệp vụ của người tu tại Nhật. Lễ Higan tiếng Việt được hiểu là Lễ Bỉ Ngạn. Điều ấy có nghĩa là: Khi con người còn ở thế giới Ta Bà đau khổ này gọi là Thử Ngạn, tức bờ bên này. Còn Bỉ Ngạn có nghĩa là bờ bên kia. Nơi đó chỉ toàn là giải thoát, chứ không còn khổ đau nữa. Như vậy người Nhật vẫn tin luân hồi, giải thoát sinh tử, nhưng chỉ một đời thôi: giống như tư tưởng của Thiền Tông: "Tu nhất kiếp, ngộ nhất thời" là vậy.

Mùa Vu Lan là mùa báo ân báo hiếu. Do vậy những dân tộc nào ảnh hưởng với văn hóa Trung Hoa, mà nhất là văn hóa của Phật Giáo, không thể không tổ chức lễ tưởng niệm đến ân đức sanh thành của mẹ cha được. Đó là một bổn phận. Do vậy người

Nhật, Phật tử cũng như không Phật tử luôn luôn cử hành ngày Vu Lan rất trọng đại. Mọi người đều đi chùa và thăm mộ của thân nhân. Ở đây sự tích Ngài Mục Kiền Liên dùng đạo nhãn để đi tìm mẹ nơi địa ngục không còn ảnh hưởng mạnh như tại Trung Quốc và Việt Nam nữa, nhưng ngày Vu Lan là ngày mà con cái phải nhớ đến cái đức hiếu sinh của ông bà cha mẹ mà vun bồi tiếp tục trong cuộc sống hằng ngày của mình. Có nhiều năm lễ Vu Lan bầu trời tại Đông Kinh, nhất là những nơi có chùa chiền khói hương mù mịt, bay tỏa rộng cả một vùng, mùi thơm ngào ngạt. Người Nhật ngày nay tuy sống trong một xã hội văn minh cơ giới, nhưng những gì thuộc về truyền thống lâu đời, nhất là truyền thống của Phật Giáo, họ không bao giờ lãng quên. Thời giờ có eo hẹp đó, hoàn cảnh có khác nhau đó, nhưng đã là nề nếp tốt, người Nhật vẫn trân quý giữ gìn.

Chương này viết về sự sống chết và các nghi lễ đối với người Phật tử Á Châu, đặc biệt là Trung Hoa, Nhật Bản và Việt Nam, chắc chắn rằng khác xa với cái chết theo người Tây Tạng đã diễn tả trong một số sách vở. Mặc dầu cũng là những nước theo Phật Giáo, nhưng mỗi nước có một truyền thống khác nhau, nên nước này quan niệm không giống những nước khác cũng là một việc rất bình thường.

Lẽ ra sách này sẽ được chấm dứt ở chương này, nhưng chúng tôi muốn quý độc giả đọc thêm một chương nữa về lễ nhập tháp của chư Tăng Ni sau khi viên tịch, để chúng ta có một cái nhìn kỹ hơn về những hiện tượng chết của con người.

CHƯƠNG VI

LỄ NHẬP THÁP CỦA CHƯ TĂNG

Ngày xưa, Đức Phật trước khi nhập Niết Bàn 3 tháng, Ngài đã nói cho Tôn giả A Nan và chư đệ tử xuất gia cũng như tại gia rằng: Ngài không còn ở đời bao lâu nữa và Ngài sẽ vào Vô dư Niết Bàn. Khi chúng Tăng nghe vậy, nhiều người đã buồn bã khóc than. Có người bảo rằng tại sao Đức Phật ở đời ngắn ngủi thế, nhưng ma Ba-tuần thì luôn luôn muốn Đức Phật nên rời khỏi chốn này, để chúng có cơ hội quấy nhiễu loài người, mà chúng thường biện minh là theo lời hứa của Đức Phật, rằng sau khi việc độ sanh đã mãn, Ngài phải vào Niết Bàn. Ngài tự biết mình phải làm gì khi báo thân này đã mãn, không cần ai nhắc nhở, Ngài cũng sẽ ra đi. Có như thế chư Tăng, Ni và Phật tử mới cố gắng mà hành trì giới luật, nương vào đó mà tu học để đi đến quả vị giải thoát.

Đức Phật cũng đã căn dặn rất rõ ràng trong kinh Di Giáo, những gì muốn nói Ngài đã nói, những gì cần dạy, Ngài đã dạy và trạng thái Niết Bàn là trạng thái của an vui tịch tịnh, như củi hết thì lửa tắt vậy thôi. Ngày nay có không biết bao nhiêu người cứ cố gắng tìm hiểu về Niết Bàn, nhưng điều ấy hẳn vô ích. Đức Phật vẫn thường dạy rằng: Ví như một mũi tên độc bị bắn vào một kẻ khác. Điều quan trọng và trước hết là phải rút mũi tên độc ra khỏi thân thể người bị nạn, không cần biết nguyên nhân mũi tên ấy từ đâu bắn tới, mũi tên ấy làm bằng gì và tẩm thuốc độc nào. Hoặc giả hỏi tại sao người kia lại bị tên độc v.v... tất cả đều vô nghĩa. Nếu cứ dùng thì giờ để hỏi cho ra ngọn ngành những câu hỏi này, thì thuốc độc đã ngấm sâu vào người đó, họ sẽ bị chết đi mất. Vậy điều quan trọng là phải cứu mạng sống trước, chứ không phải để truy cứu lý do. Con người của chúng ta cũng thế, sanh tử luân hồi còn chưa khỏi, giống như một mũi tên. Dục vọng và ngũ dục giống như thuốc độc, thế mà chúng ta đã ý thức được gì đâu, trong khi sanh tử cận kề, không lo giải quyết, mà lo đi tìm Niết Bàn, quả là điều xa lạ viễn vông.

Có khi Đức Phật cũng trả lời về Niết Bàn, nhưng rất đơn giản, không đào sâu vào nội dung. Vì Ngài thấy rằng không cần thiết lắm. Cũng như một người khát nước, người ấy sẽ uống một ly nước, thấy đã khát vô cùng. Một người đứng bên cạnh hỏi người kia rằng: Uống nước đã khát như thế nào, thì chắc chắn người uống nước không trả lời được và dẫu có diễn tả như thế nào đi chăng nữa, người không uống nước sẽ không cảm nhận được sự đã khát như người đã uống nước. Niết Bàn cũng tương tự như thế ấy.

Trước khi nhập Niết Bàn, Đức Phật cũng đã dạy cho chư Tăng về phép tứ y, tức 4 nơi nương tựa cần phải có vào những đời sau. Đó là:

- Y pháp bất y nhân
- Y nghĩa bất y ngữ
- Y trí bất y thức
- Y liễu nghĩa bất y bất liễu nghĩa.

Điều thứ nhất: *Y pháp bất y nhân* có nghĩa là nương vào giáo pháp để tu học, không nên nương vào người để theo đạo. Người ở đây có thể là Thầy dạy học, Thầy Bổn Sư... Lý do là con người vẫn có sai có đúng, có được có mất, có vi tế nghiệp, có phước đức, có lợi căn v.v... tất cả thân này do tứ đại giả hợp mà thành. Do vậy mà cũng sẽ bị phân ly, chi phối bởi những sự vô thường, khổ, không và vô ngã. Chỉ có giáo pháp mới là chân lý. Chân lý bao giờ cũng bất biến và không bị thay đổi bởi thời gian cũng như không gian. Do vậy mà Đức Phật cũng thường hay dạy rằng: Tất cả lời dạy trong kinh điển cũng giống như ngón tay chỉ mặt trăng thôi. Ngón tay là phương tiện, chỉ có mặt trăng mới là chân lý. Mặt trăng cho ánh sáng, cho sự hiểu biết cho con người. Trong khi đó ngón tay lại xê dịch, biến đổi. Ngón tay ví cho chư Tăng, chư Phật, chư Tổ... chỉ có đời sống đức hạnh, phương pháp tu học của chư Tăng mới đáng tôn kính mà thôi. Còn vóc dáng của vị Tăng ấy như thế nào, đẹp, xấu, thô thiển, trang trọng v.v... không thành vấn đề. Đây là lời dạy vô cùng quan trọng trong giáo lý Đạo Phật. Ngày nay ở vào thời mạt pháp này, nhiều người đi tìm những vị Giáo chủ, các vị cao Tăng để nương nhờ, nhưng nếu không hiểu tinh thần y pháp bất y nhân như trên thì một mai, nếu vị thầy dạy ấy, hoặc vị bổn sư ấy có một hành động gì đó, có một lỗi lầm gì đó, con người sẽ đâm ra thất vọng, chán chường, rồi bỏ chùa, bỏ Thầy, bỏ đạo. Không những thế, khi ra ngoài còn hủy báng, thêu dệt nói xấu không tiếc lời. Vì tất cả đều đặt niềm tin nơi con người chứ không phải nương tựa vào pháp để tu. Điều này nên thận trọng và phải tế nhị mới tìm ra được hướng đi cho chính mình.

Y nghĩa bất y ngữ có nghĩa là y cứ vào ý của kinh điển mà tu hành, không nên nương vào lời nói. Vì lẽ lời nói có lúc đúng, lúc sai, lúc phương tiện, lúc quyền thừa, lúc thời điểm này, lúc thời điểm khác, dùng phương tiện để chuyên chở mọi chúng sanh đến bờ bến giác ngộ giải thoát, không vì phương tiện mà quên đi mục đích chính ấy. Chúng sanh có thể dùng nhiều phương tiện khác nhau, dùng nhiều ngôn ngữ khác nhau để lý giải về vấn đề chân lý, về vấn đề lý nhân duyên sanh v.v... chúng ta là những người học Phật, không nên y cứ hoàn toàn vào các trợ duyên đó, mà phải hiểu rằng ý chính của những lời nói ấy là gì.

Y trí bất y thức nghĩa là nương vào trí tuệ, sự nhận xét mà tu hành, không nên nương vào sự hiểu biết nông cạn mà hành trì một pháp môn. Điều này nhiều người có học cũng đã lầm tưởng rằng: Bằng cấp là tất cả. Ấy không hẳn thế. Bằng cấp chỉ là phương tiện thôi. Nương theo phương tiện bằng cấp ấy để nhận biết mình là ai, giáo lý giải thoát là gì và tu làm sao để được giác ngộ, ấy mới là những điều căn bản cần phải tìm đến. Có một câu chuyện kể lại như sau:

Tổ Thiền Tông thứ 27 của Ấn Độ là Ngài Bát Nhã Đa La. Ngài có tiếng rất nhân từ đức hạnh, hay cứu nhân độ thế và đặc biệt là chữa các bệnh nan y. Lúc bấy giờ có một nhà Vua ở xứ Ấn Độ bị bịnh nan trị. Nhà vua có truyền đi rằng: Nếu ai chữa lành được bệnh, nhà vua sẽ biếu cho một viên ngọc kim cương như ý rất quý giá. Thế rồi, Tổ Bát Nhã cũng đã đến hoàng cung trị bệnh. Sau khi bệnh tình của vua được chữa khỏi, vua y lời và đã biếu cho Tổ một viên ngọc như ý rất quý giá. Sau đó Tổ đem viên ngọc này hỏi các vị Thái Tử con vua rằng có gì trên thế gian này quý hơn viên ngọc này chăng? Cả 2 vị Thái Tử đầu đều thưa rằng: Kính Bạch Ngài, phụ thân của chúng đệ tử chỉ có viên ngọc này là vô giá, ngay cả giang sơn này cũng không thể sánh nổi, không có gì bằng cả. Đoạn Ngài quay sang vị Thái Tử thứ 3 hỏi tương tự như trước và vị này trả lời rằng: Bạch Ngài, có chứ! Đó là trí tuệ vậy. Sở dĩ chúng ta biết được viên ngọc ấy quý, vì lẽ qua trí tuệ mà nhận biết được, chứ tự thể của viên ngọc không quý cũng không kém. Sở dĩ có đẹp, xấu, kém, hơn, tốt đẹp cũng như bất hảo đều qua sự nhận xét của trí tuệ mà có được. Mọi người khen Thái Tử thứ 3 là có lý và kể từ đó, Thái Tử này ngày đêm theo Tổ Bát Nhã Đa La để học kinh, đọc sách, tham thiền, hỏi đạo. Đến một ngày bừng tỉnh về chân lý có không, Ngài đã được Tổ thứ 27 trao truyền lại tâm thiền để trở thành Tổ thứ 28 của Ấn Độ và là Sơ Tổ của Thiền Tông Trung Hoa. Đó là Ngài Bồ Đề Đạt Ma vậy.

Y liễu nghĩa bất y bất liễu nghĩa. Điều này có nghĩa là y cứ vào những gì rốt ráo để tu học, không nên nương vào những gì chưa rốt ráo. Đó là phương tiện và mục đích. Ví dụ như Đức Phật ra đời vì cứu độ chúng sanh, nên phương tiện quyền thừa đã lập ra không biết bao nhiêu thí dụ và quyền biến nói không biết bao nhiêu pháp để chúng sanh tu hành. Do đó có chia ra các pháp Tiểu Thừa, Trung Thừa và Đại Thừa. Đó cũng là những thừa của Thanh Văn, Duyên Giác, Bồ Tát và Phật Thừa. Theo trong kinh Đại Bát Niết Bàn dạy rằng: Những gì không liễu nghĩa là những pháp môn thuộc về Thanh Văn và Duyên Giác thừa. Những gì liễu nghĩa thuộc về Bồ Tát Thừa và Phật Thừa.

Tóm lại 4 pháp nương tựa này đã chỉ rõ cho chúng sanh về đời sau, đâu là phương tiện, đâu là mục đích, tự chính mỗi người phải cố gắng công đi sâu vào biển giáo lý trí tuệ ấy mà hành trì và không nên nương vào một vị Giáo chủ nào cả, dầu cho vị sáng Tổ ấy có những gì đặc biệt đi chăng nữa.

Khi Đức Phật vào Đại Niết Bàn quả đất rúng động nhiều lần, chư Thiên và loài người cung kính hướng về đấng Toàn giác và lắng đọng tâm tư của mình lại, nhằm hướng đến một mục đích cao cả hơn. Thân xác tứ đại được hợp thành của Ngài đã tan rã, phần còn lại của xương được gọi là xá lợi. Tâm thức của Ngài đã bay bổng vào cảnh giới an nhiên tịch mặc, chỉ còn lại ở thế gian này là lời dạy, giới luật v.v... để chúng sanh từ đó bước vào ngôi nhà giải thoát. Ngài không có di ngôn nào để lại bao nhiêu ngôi chùa, bao nhiêu ngôi tịnh xá, bao nhiêu y bát v.v... mà Ngài chỉ trao lại chánh pháp nhãn tạng và Niết Bàn diệu tâm cho Ngài Ma Ha Ca Diếp cũng như chúng đệ tử xuất gia và tại gia. Cũng không truyền ngôi Giáo chủ lại cho một vị đệ tử nào cả, mà tất cả phải "tự mình thắp đuốc lên mà đi" là lời di ngôn căn bản nhất của Đức Phật.

Rồi các bậc Tổ đức lần lượt truyền thừa qua 28 đời ở Ấn Độ, suốt 1.000 năm lịch sử tại đó. Phật Giáo đã thịnh suy qua bao nỗi thăng trầm, nhưng để rồi tỏa ngời ánh đạo qua Trung Hoa với 6 vị Tổ truyền thừa làm rạng danh Phật Giáo. Rồi tâm Phật ấy đã được truyền qua Việt Nam, Nhật Bản, Đại Hàn, Tây Tạng, Mông Cổ v.v... đâu đâu cũng rạng ngời tâm giác ngộ giải thoát. Với giáo lý cao cả ấy đã độ được không biết bao nhiêu chúng sanh đang nổi trôi trong bể khổ luân hồi. Trên từ vua quan, thượng lưu trí thức, dưới đến dân giả nghèo cùng, ai ai cũng lấy giáo lý Phật Giáo làm chất liệu dưỡng sinh cho cuộc sống của đời mình và chất liệu ấy đã được nuôi dưỡng qua các thời kỳ phế hưng của lịch sử, lúc nào Phật Giáo cũng là Phật

Giáo của dân tộc. Phật Giáo chưa bao giờ phản bội lại một dân tộc nào cả, mặc dầu Phật Giáo cũng được truyền từ ngoài vào, chứ không phải phát sinh tại quê hương của mình, ngoại trừ Ấn Độ. Các vị Tổ Sư đã đến và đã đi khỏi cõi Ta Bà này và mỗi Ngài như thế đều để lại một hành trạng khác nhau, nhưng tựu trung cũng là giáo lý giải thoát giác ngộ, khiến cho nhân sinh bỏ ác làm lành, quay về con đường chơn thiện mỹ, không bị dục lạc ở cõi đời ngự trị, nếu người đó muốn thoát ly sanh tử luân hồi.

Một người bình thường chết khác một người tu và những nghi lễ, cách thờ cúng, tang chế cũng khác một người bình thường, nên ở đây xin đơn cử một vài trường hợp lễ trà tỳ, nhập tháp của chư Tăng để độc giả lãm tường.

Như quý vị đều biết, cuộc đời của chư Tăng là cuộc đời độc thân, sống không có gia đình riêng lẻ kể từ khi cát ái ly gia. Do vậy dưới mắt một bậc chân Tăng, không có gì là của riêng mình, ngoại trừ 3 y và một bình bát. Cuộc sống của người tu hành rất đơn giản, nhưng chứa đựng rất nhiều ý nghĩa cao thượng. Lấy chúng sanh làm nơi thực tập hạnh nguyện Bồ Tát của mình. Cái khổ của chúng sanh cũng là cái khổ của mình. Đến đâu và ở đâu cũng không có gì bị ràng buộc cả. Người đời bị ràng buộc bởi áo cơm, danh lợi, bạc tiền, nhà cửa, của cải v.v... nhưng người tu thì không bị chìm đắm nơi cuộc đời nổi trôi ấy, không tài sản, không vợ con, không oán thù, không oan trái, không có tình yêu riêng lẻ v.v... Do vậy mà họ đã giải thoát ngay trong cuộc sống này chứ đâu cần gì đợi đến khi chết đi mới giải thoát.

Người tu chỉ vì một mục đích sinh tử mà đi đến đâu cũng thuyết pháp cho mọi người, chuyển mê khai ngộ, làm cho tiêu trừ phiền não và tội chướng để bước vào ngôi nhà giác ngộ của Như Lai mà thôi. Ngoài ra người tu không còn một mục đích gì khác nữa, ngoại trừ vấn đề sinh tử quan trọng ấy.

Trong Quy Sơn Cảnh Sách, một quyển sách nằm lòng của người tu, đặc biệt là những người mới xuất gia, Tổ Quy Sơn đã dạy rằng: *"Phàm cuộc sống của người xuất gia giống như một cánh chim trời, ra đi với sương gió. Thân hình và tâm thức khác hẳn người thế gian, nhằm mục đích làm hưng thịnh hạt giống Thánh, chấn nhiếp nội ma và ngoại ma để trên đền 4 ơn nặng, dưới cứu khổ muôn loài. Nếu không làm như vậy, tức uổng công ý chí của người xuất gia."*[1] Đây chỉ là một đoạn ngắn trong văn Cảnh Sách, nhưng đã nói lên được hết tất cả tâm nguyện của người tu hành rồi. Dầu cho người đó là người nước nào đi chăng nữa. Nếu đã chấp nhận con đường của Đạo Phật, tức phải chấp nhận lý tưởng giải thoát khỏi sinh tử luân hồi này.

Nếu người tu không làm tròn được bốn phận ấy, chẳng khác nào một đám ruộng hư, không thể gieo vào đó một loại hạt nào cả. Nếu người tu không sống đúng với phẩm hạnh của mình, chẳng khác nào một thây chết trôi linh đinh trên biển cả không có ngày cập bến. Tuy người tu không nghĩ đến cá nhân mình, nhưng đệ tử xuất gia và tại gia hay nghĩ đến ơn giáo dưỡng của Thầy mình, nên cũng đã báo ân, báo hiếu bằng cách phụng sự cho Sư phụ của mình đúng theo tinh thần của Luật tạng khi đau yếu, lúc già nua và ngay cả khi đã viên tịch. Có nhiều ngọn tháp xây cao chất ngất giữa Ta Bà này để tưởng nhớ đến ân sư Thầy Tổ. Có tháp cao đến 9 tầng, 11 tầng, 13 tầng và

---

[1] Nguyên tác: 夫出家者。發足超方。心形異俗。紹隆聖種。震懾魔軍。用報四恩。拔濟三有。若不如此。濫廁僧倫。言行荒疎。虛霑信施。- (Phù xuất gia giả, phát túc siêu phương, tâm hình dị tục. Thiệu long thánh chủng, chấn nhiếp ma quân. Dụng báo tứ ân, bạt tế tam hữu. Nhược bất như thử, lạm xí tăng luân, ngôn hạnh hoang sơ, hư triêm tín thí. (Người đã xuất gia, cất bước vượt lên cao xa; tâm tánh, cốt cách khác người thế tục. Tiếp nối mà làm hưng thịnh đạo pháp, nhiếp phục hết thảy những thói hư tật xấu. Lấy việc ấy mà báo đáp bốn ơn, bạt khổ cứu nguy khắp trong ba cõi. Nếu không được vậy, chỉ là kẻ lạm mang hình tướng xuất gia, lời nói việc làm phóng túng lơ đễnh, uổng nhận sự cúng dường của thập phương tín thí.)

thông thường là cao 3 đến 7 tầng. Bởi thế nên nhiều khi trong dân gian cũng có sự mỉa mai nói về việc làm ấy như sau:

*"Dầu xây chín đợt phù đồ
Không bằng làm phước cho một người."*

Đợt phù đồ có nghĩa là những tòa tháp, nhưng điều này cũng không hợp lý mấy. Vì lẽ xây tháp cho Sư phụ là do đệ tử xây, chứ đâu phải do Sư phụ tự ý lo xây cho mình, nhưng cũng có ý nói rằng: Cứu người quan trọng hơn là xây chùa, xây tháp, do vậy mới có câu ca dao bên trên, nhằm để giải quyết những khó khăn nhất thời của con người.

Thông thường ngôi tháp được xây trước khi quý vị Đại Tăng viên tịch. Dưới cùng nền tháp là một kim tỉnh. Tức là một huyệt mộ được đào sâu dưới lòng đất. Xây kín bên trên, phía dưới, hai bên hông và một mặt đầu, chỉ chừa trống lại phía chân để sau này đưa quan tài vào và xây bít phần còn lại, thế là thân thể đã được nằm yên nơi lòng đất lạnh. Phía trước kim tỉnh cũng đào một huyệt lớn từ trên xuống dưới như thế, để khi hạ quan tài, dùng đòn bẩy để bẩy quan tài vào tận đáy huyệt đã xây kim tỉnh trước, đoạn lấp đất lại. Bên trên người ta thường xây ngôi tháp có 6 cạnh. Mỗi cạnh tháp như thế để một chữ, ví dụ như chữ Án hoặc chữ Nam. Ví dụ câu Án Ma Ni Bát Di Hồng chẳng hạn. Hay câu Nam Mô A Di Đà Phật, cũng đủ làm cho mặt các tháp trang nghiêm đẹp đẽ hơn. Đa phần các tháp này được xây trong vườn chùa và tùy theo công trạng của mỗi vị Đại Sư mà được đệ tử hay người đời sau xây dựng to lớn để nhớ ơn giáo dưỡng của bậc mô phạm của đời mình.

Các vị Đại Sư đa phần rất sáng suốt trước khi chết và đặc biệt là tuổi thọ của các Ngài rất cao. Một người bình thường sống tới 80 hay 90 tuổi là hiếm, nhưng trong các Tổ Đức, hay các vị tu hành tuổi thọ này là tuổi thọ trung bình. Đa phần các vị sống trên 100 tuổi, như Ngài Giác Nhiên, Đệ nhị Tăng Thống của Việt Nam sống đến 105 tuổi. Ngài Hư Vân Đại Lão

Hòa Thượng sống đến 120 tuổi thọ. Mặc dầu trong cuộc sống về vật chất không có gì cao sang quyền quí, nhưng các Ngài đã sống nghèo nhờ vui với đạo, nên tinh thần thoải mái, tự tại ung dung. Thế nên họ xem cái sống và cái chết rất nhẹ. Không bị việc sanh tử quấy rầy, nhất là những người tu hành liễu đạo.

Có Ngài bảo rằng đúng ngày rằm hay mồng một tháng này hãy tắm rửa cho ta sạch sẽ, ta sẽ thâu thần tịch diệt. Có Ngài sau khi niệm Phật nhiều năm, bảo rằng ngày đó, tháng đó sẽ có Đức Phật A Di Đà cùng với Đức Quán Thế Âm Bồ Tát, Đức Đại Thế Chí Bồ Tát phóng quang đến tiếp dẫn về cõi Tây Phương Cực Lạc v.v... có nhiều hiện tượng lạ như trong kinh Di Đà diễn tả đã xảy ra khi các Ngài sắp lâm chung. Điều này cũng đã được tường thuật lại nơi quyển: Pháp Môn Tịnh Độ, hay Tịnh Độ Thập Nghi Luận, Long Thư Tịnh Độ và Lá Thư Tịnh Độ. Đây là kết quả tu học của các Ngài qua mấy mươi năm hoằng hóa độ sanh trong cuộc đời của mình. Có vị còn muốn làm chủ hơi thở của mình, nên muốn đi ngày nào thì đi và muốn ở lại cõi trần này bao lâu thì ở. Điều này rất hiếm có đối với các vị cư sĩ tại gia, nhưng đối với các bậc cao Tăng thạc đức chuyện này không khó. Vì các Ngài đã làm chủ được chính mình. Thông thường trong cuộc sống, chúng ta ít khi tự làm chủ được mình, cho nên các giặc phiền não, tham, sân, si dẫy đầy nơi nội tâm, do đó ác nghiệp và các chủng tử bất thiện hay nổi lên quấy phá nội tâm của mình, nên trước khi lâm chung các điều dữ, điều xấu, tấm kiếng chiếu hậu của cuộc đời đã soi rọi mọi việc lành dữ trong thế gian và cứ thế, tâm thức lại hôn mê tán loạn. Nếu không có sự trợ lực của chư Tăng hộ niệm thì khó mà thoát ra khỏi đường dữ. Chỉ có chư Tăng, những người hành trì đúng theo giới luật, chắc chắn rằng tâm thức của các vị này sẽ được thông suốt và việc xả ly sanh tử luân hồi, đầu thai về cảnh giới cao hơn quả là điều hiển nhiên như vậy. Nhưng cũng có một số quý vị Bồ Tát không chịu nhập vào Vô dư Niết Bàn, mà phát nguyện trở lại thế giới Ta Bà để độ sanh và chấp nhận đầu thai vào mỗi một loài trong lục đạo lại là một điều khác nữa. Vì các Ngài đã làm chủ được chính mình. Không bị nghiệp lực dẫn dắt đi đầu thai, mà việc đầu thai ấy do chính hạnh nguyện của các Ngài thành tựu.

Người tu không có con cái riêng, nên đệ tử là những người thay thế cho vị trí ấy để chăm sóc Sư phụ của mình lúc sống cũng như lúc già yếu và ngay cả khi mãn phần. Nếu một bậc Đại Tăng mất, trong môn đồ hiếu quyến sẽ họp lại với nhau để bàn bạc cách tổ chức tang lễ sao cho hợp với Đạo và đúng với bản hoài của Thầy Tổ mình đã căn dặn trước khi lâm chung. Từ lễ nhập liệm cho đến lễ di quan, nhất nhất đều phải tuân theo vị Trưởng Ban Tang Lễ ấy. Có nơi còn đặt ra nhiều Ban như: Ban Nghi Lễ, Ban Tiếp Dẫn, Ban Hộ Niệm, Ban Thư Ký, Ban Trần Thiết, Ban Âm Nhạc, Ban Phát Chẩn, Ban Kinh Sư v.v... mỗi Ban đều làm theo trách nhiệm của mình đã được đề cử ra.

Ở Việt Nam đa phần các vị Đại Tăng khi viên tịch vẫn còn theo tục lệ là chôn thể xác với quan tài chứ ít thiêu, do vậy mà quan tài cũng phải được lựa chọn bằng những loại gỗ quý và khi liệm cũng được tắm bằng nước hoa, áo quần được mặc theo kiểu tu hành như lúc còn sống. Có đắp y áo, đội mũ Quán Âm, hay Hiệp Chưởng là tùy theo sở nguyện của các Đại Sư trước khi lâm chung có dặn lại.

Sau lễ nhập liệm là lễ thọ tang. Lễ thọ tang chia ra làm 3 phần. Phần chính là cho người xuất gia. Trong xuất gia có 2 phần, một phần là đệ tử của vị Đại Sư ấy, phần khác là chư Tăng Ni ở ngoài môn phái, tử đệ. Phần thứ hai là làm lễ thọ tang cho các Phật tử tại gia đã quy y với vị Đại Sư ấy. Cả 2 loại tang này đều được dùng màu vàng. Không ai dùng tang để bịt trên đầu, mà đa phần để tang bằng một miếng vải hình thoi gắn nơi ngực. Loại thứ 3 bằng tang trắng. Dẫu sao đi nữa các vị Đại Sư vẫn còn bà con quyến thuộc nội ngoại trước khi xuất gia. Do vậy mà thân bằng quyến thuộc được để tang màu trắng như những người thế tục khác, để nhớ đến sự liên hệ của gia đình. Dĩ nhiên là không khóc lóc thảm thương như những đám ma bình thường, vì lẽ người xuất gia đã ly gia cát ái mấy chục năm trường, nên sự bi lụy không được tỏ bày một cách sôi động như những đám ma bình thường khác.

Mỗi ngày, trước khi làm lễ nhập tháp vẫn có cúng cơm cho giác linh của vị đã mất. Hình thức cúng cơm này cũng giống như Lễ Cúng Ngọ mỗi ngày tại chùa. Môn đồ hiếu quyến, đệ tử xuất gia và tại gia đều có mặt nơi đặt giác linh để cúng cơm. Lúc này có kèn trống bát âm nổi lên để cúng dường hòa với tiếng tán tụng của Ban Nghi Lễ, Ban Kinh Sư và chư Tăng môn đồ đệ tử dâng cúng cơm theo nghi lễ của Thiền Môn rất đầy đủ cung cách để hiến dâng cho một bậc Đại Sư đã vì chúng sanh mà ra đi vĩnh viễn khỏi cõi trần này.

Phía trước kim quan thường tôn trí một bàn thờ Phật có Tây Phương Tam Thánh đứng trong vị thế tiếp dẫn. Phía sau chừa một lối đi trống để chư Tăng và Phật tử khi phúng điếu có thể đi nhiễu chung quanh quan tài để tỏ lòng tôn kính một bậc Đại Sư đã vì Đời vì Đạo mà xả thân. Kế tiếp là kim quan của Đại Sư. Sau phần kim quan là bàn thờ của vị Đại Sư vừa viên tịch. Trên bàn thờ này có dâng cúng đầy đủ hương hoa lễ vật trà nước, cơm canh v.v... Trên đó có an trí một di ảnh và bên cạnh là một long vị. Thông thường trên long vị được viết hoặc chạm trổ như thế này:

"Từ Lâm Tế Chánh Tôn Tứ Thập Nhứt (...) Thế Khai Sơn... Tự Thượng... Hạ... Hiệu... Đại Lão Hòa Thượng Liên Tọa"

Nghĩa là: Xuất xứ tông Thiền Lâm Tế đời thứ 41 (...) Xây chùa... Pháp danh... Đạo hiệu... Hòa Thượng, ngồi trên hoa sen"

Một người chết bình thường không được phép làm long vị mà chỉ làm bài vị. Trong khi đó các bậc Đại Sư, vua chúa đều có quyền khắc tên tuổi, ngày tháng năm sinh và ngày viên tịch lên long vị ấy để cho đời sau tử đệ phụng thờ. Dầu người tu không có con riêng, nhưng tử đệ còn có ý nghĩa hơn là con ruột. Vì thế dòng Thiền hay nói đúng hơn là dòng nước Tào Khê từ chùa Nam Hoa ở Trung Quốc vẫn còn lưu chuyển mãi mãi vào lòng người, cho bây giờ và đến tận cả ngàn năm sau nữa vẫn không bị thất truyền.

Lễ triệu Tổ là lễ mà chư Tăng Ni môn đồ hiếu quyến cung thỉnh long vị, di ảnh và bát nhang của Đại Sư vừa viên tịch đi về Tổ Đình để làm lễ cáo bạch với chư tiên đức Tổ Sư đã quá vãng. Lễ này cũng rất trang nghiêm và thành kính. Chư môn đồ hiếu quyến khiêng kiệu các loại này. Khi đến Tổ Đình, sau đó rước vào Tổ Điện để bái Tổ. Điều này cũng có nghĩa là, Đại Sư vừa viên tịch đến đảnh lễ lần cuối để ra đi vĩnh viễn. Nơi ấy chư Tăng Ni hợp cùng với môn đồ hiếu quyến cử hành một nghi lễ triệu Tổ rất trang trọng và đôi khi cũng có nhắc lại tiểu sử của Đại Sư đối với liệt Đại Tổ Sư tiền bối.

Trong thời gian tang lễ, chư Tăng Ni thường luân phiên tụng niệm kinh Thủy Sám, Lương Hoàng Sám hoặc Địa Tạng. Những bộ kinh này thường được tụng trong đêm. Vì lẽ ban ngày có nhiều phái đoàn đến để phúng điếu. Nếu vị Đại Sư viên tịch là một Đại Danh Tăng thì đám tang long trọng hơn và có nhiều phái đoàn đến để phúng điếu. Nếu phái đoàn là những bậc Hòa Thượng, Thượng Tọa thi lễ trước kim quan thì chư Tăng Ni hiếu đồ phải đáp lễ bằng cách lạy tạ như lễ tạ Tam Bảo. Đa phần người ta đi phúng điếu vòng hoa, hương, trái cây, tiền bạc và liễn đối. Nhiều câu liễn đại khái được đi như sau:

- *Hoa Khai Kiến Phật*
- *Thượng Phẩm Thượng Sanh*
- *Công Viên Quả Mãn*
- *Vô Thường Thị Thường*
- *Liễu Sanh Thoát Tử*
- *Vãng Sanh Cực Lạc*
- *Liên Trì Hải Hội*

- *Hồi Nhập Ta Bà*
- *Vô Sanh Pháp Nhẫn*
- *Nhập Bất Thối Địa v.v...*

Có thể câu đối là 4 chữ, 8 chữ hay 12 chữ, tùy theo công nghiệp của Đại Sư mà người ta đặt nội dung của câu đối đủ để diễn tả sự kính trọng của người còn đối với kẻ mất.

Tuần tự các lễ khác được tiến hành như lễ động quan, lễ triệt linh sàng, lễ di quan và lễ nhập tháp. Mỗi lễ như thế thường từ 1 tiếng đồng hồ trở lên. Người ta phải xem cho đúng giờ để thực hành những nghi lễ ấy. Khi di quan, vị chấp lịnh thường là một vị Hòa Thượng hay một vị Thượng Tọa và khiêng kim quan là những môn đồ hiếu quyến. Có đám lớn còn cho 4 vị Tỳ Kheo mặc đồ như tứ Thiên Vương đi hộ hai bên kim quan. Đa phần được chôn trong vườn chùa, do vậy mà sự di chuyển đỡ tốn kém thời gian, cũng như không làm cản trở lưu thông của dân chúng. Chỉ trừ những chùa ở thành phố không có đất, mới phải di chuyển ra chùa ngoại ô để chôn.

Lễ nhập tháp như bên trên đã có trình bày sơ qua. Đầu tiên là lễ trị huyệt. Thông thường chư Tôn đức Tăng Ni hiện diện tụng đại bi thập chú, sau đó đi nhiễu huyệt, nếu thời gian cho phép và có đủ không gian trống để có thể đi lại. Vì lúc đó rất nhiều người đến để tiễn đưa.

Kim Quan được để bên trên huyệt, những bài điếu văn, những cảm tưởng của đại diện môn phái, đại diện chính quyền, đại diện môn đồ hiếu quyến được đọc lên nơi này. Đa phần là những bài kể lại công đức của vị Đại Sư suốt đời đã làm gì cho đất nước cho Đạo Pháp. Thường là những lời tán dương cơ nghiệp của Đại Sư về vấn đề hoằng hóa độ sanh. Cuối cùng môn đồ hiếu quyến đọc lời cảm tạ và sau đó kim quan từ từ hạ xuống trong sự đau đớn của mọi người và đòn bẩy tròn đặt phía dưới kim quan sẽ được di chuyển qua sự điều động của Thầy chấp lệnh, để kim quan được đưa vào an trí nơi bảo tháp. Đến đây một đời hoằng pháp độ sanh đã được viên mãn. Huyệt giả phía trước cửa tháp được lấp lại và hương đèn lại được đốt lên tại tháp này cho đến 49 ngày.

Tất cả mọi người rời nơi chôn trở về lại Tổ Đường để làm lễ cúng cơm và an linh, sau đó là cơm nước và cuối cùng mỗi người sẽ về lại nơi trụ xứ của mình. Khi hữu sự, Thầy trò, tử đệ, môn phái quây quần lại dưới mái chùa để lo, nhưng khi việc xong rồi, phần ai trở lại phận sự nấy và chỉ còn lại những vị Trưởng Tử của Đại Sư lo tuần thất cho Sư phụ của mình.

Đến tuần chung thất thì mọi người lại vân tập một lần nữa để dự lễ và môn đồ hiếu quyến lần này hợp sức lại để tổ chức Lễ Trai Tăng, như là một lễ tạ ơn chư Tôn đức đã quang lâm chứng minh, hộ niệm trong suốt thời gian tang lễ của Sư phụ mình. Lễ Trai Tăng cũng tương tự như các lễ trai tăng khác, cũng thưa bạch và dâng tứ vật dụng lên chư Tăng Ni hiện tiền. Buổi chiều trong ngày có nơi tổ chức Lễ Trai Đàn Chẩn Tế, bạt độ chư hương linh quá vãng.

Lễ Chẩn Tế là một nghi lễ có tự ngàn xưa, nhằm cứu khổ cho những sinh linh còn đắm chìm nơi địa ngục. Một Lễ Chẩn Tế được diễn tiến như sau:

Ngoài Tam Bảo nội nơi chánh điện rồi, phía đối diện ngoài sân thiết lập mấy bàn thờ nữa, gọi là Tam Bảo ngoại. Chính giữa xây vào là bàn Tiêu Diện Đại Sĩ hóa thân của Đức Quán Thế Âm Bồ Tát, chính giữa xây ra là bàn Đức Địa Tạng Vương Bồ Tát. Giữa đó có kê một cái bàn cho 4 hay 6 vị Kinh Sư, có để ghế ngồi. Sau bàn Kinh Sư là bàn Chủ Sám. Chủ Sám là một vị đạo cao đức trọng, sẽ thăng tòa để chẩn thí cho cô hồn. Phía sau vị Chủ Sám có hình con Đề Thính, giống như con sư tử xanh mà Đức Địa Tạng Vương cõi. Vị Chủ Sám đội mũ Tỳ Lư, đắp y bá nạp màu đỏ, có thủ xích để làm hiệu và có tích trượng để dẫn vong. Trước bàn Đức Địa Tạng thường có thiết trí 5 bàn thờ ngũ phương ngũ Phật gồm: Đông Phương, Tây Phương, Nam

Phương, Bắc Phương và Trung Ương Phật. Mỗi bàn như thế đều có chưng hoa quả và đốt nhang đèn cũng như cúng cơm cháo cho các hương linh. Khi chẩn thí có một bàn thờ thật lớn được thiết trước tượng Tiêu Diện Đại Sĩ, nào bánh, chuối, trái cây, tiền lẻ, cháo, gạo v.v...

Sau khi chẩn tế xong, người lớn, con nít nhào vô giựt bánh trái này gọi là Lễ Xô Cộ hay giựt giàn. Ngoài ra cũng có lễ thượng phan. Phan là một miếng vải dài độ 20 thước, treo cao trên một cây tre nơi chẩn tế, trên đó có viết tên tuổi của các vị Phật và những câu kinh câu chú. Người ta quan niệm rằng, nếu ai giựt được những miếng vải này đem về may áo cho con trẻ thì chúng ngủ khỏi giựt mình và ít thấy ác mộng. Những đồng tiền có lỗ cũng thế, khi lượm được, đem về nhà đeo vào cổ những đứa trẻ khó nuôi, sẽ được toại nguyện. Đây là một tín ngưỡng dân gian đã có tự ngàn xưa. Vì tự lực của con người còn yếu nên phải nương vào tha lực của chư Tăng và chư vị Long Thần Hộ Pháp.

Đầu tiên là lễ khai kinh bạch Phật. Đây là hình thức giới thiệu và tán dương chư Phật qua những câu kinh, lời kệ và trình lên chư Phật cũng như chư vị Bồ Tát chứng minh cho những lễ sắp cử hành trong một, hai hay ba ngày. Gia chủ hay môn đồ, pháp quyến của gia đình hoặc của chùa, của môn phái sẽ đội sớ dâng lên cúng Phật. Sớ là một cái bì thư hình chữ nhật. Người đội sớ dâng 2 tay lên cao, trịnh trọng như thưa gởi một điều gì, trong khi đó vị Chủ Sám hoặc vị Công văn tuyên đọc sớ này. Nội dung của sớ cũng giống như một tờ trình thưa. Ví dụ người mất quê quán ở đâu, sinh ngày nào, tháng nào, năm nào, chết ngày nào, tháng nào, năm nào, hưởng thọ được bao nhiêu tuổi... và sau đó là tên họ pháp danh của con cháu trong gia đình hay trong môn đồ pháp quyến. Tất cả mọi người đều quỳ, chắp tay, nhất tâm hướng về Tam Bảo và cầu nguyện lực gia trì của Tam Bảo gia hộ cho giác linh hoặc hương linh được cao đăng Phật Quốc.

Sau lễ khai kinh bạch Phật đến lễ thỉnh Tam Bảo ngoại, gồm có: thỉnh Ngài Địa Tạng, Ngài Tiêu Diện Đại Sĩ và Ngài Hộ Pháp. Sau đó thỉnh ngũ phương ngũ Phật. Tại bàn thờ Địa Tạng cũng đọc sớ như thế.

Ban nhạc bát âm thường hay thổi kèn, đánh trống, đánh thanh la, chập chỏa, mõ, chuông, đàn cò và linh tang hòa thành một lễ nhạc tuyệt vời của Thiền Môn. Tuy dàn nhạc này không có nhạc trưởng như Tây Phương, nhưng tiếng đàn cò, tiếng tang linh hòa theo với hơi của vị Chủ Sám gia trì và các vị Kinh Sư rất nhịp nhàng. Chuông trống bát nhã sẽ thỉnh sư đăng bảo tọa. Vị tả bạch sẽ đọc những lời mời thỉnh rất trang trọng, đoạn vị Chủ Sám thăng tòa ở một cái bàn cao hơn các vị Kinh Sư, rồi làm ấn quyết theo khoa Du Già. Đây cũng là hình thức của Mật Tông Tây Tạng và lễ nghi này có lẽ được truyền vào Việt Nam từ thời nhà Trần ở thế kỷ thứ 13. Sau đó vị Chủ Sám an tọa và chư Tăng trong Ban Kinh Sư bắt đầu vào nghi Chẩn Tế Cô Hồn thật sự.

Trong nghi này có lễ thỉnh 12 loại cô hồn, đại loại như sau: Những người chết không được siêu thoát trong đó có vua chúa, quan thần, tể tướng, học trò, tăng sĩ, kỹ nữ, binh lính, nông dân, người bán mình nuôi thân v.v... Nghi lễ này nhằm chiêu cảm vong linh đã chết nhưng chưa được giải thoát, với lễ nghi này, mời tất cả về nơi đây để nghe kinh và ăn uống để được giải thoát. Qua hình thức của lễ nghi, mới xem trông như mê tín, dị đoan, nhưng nếu đi sâu vào thực tế, đây là một điều hiện thực của tâm linh. Vì lẽ khi sống như thế nào thì thác cũng như thế ấy. Nghĩa là sau khi chết không phải là hết, mà chết chỉ là một giai đoạn nghỉ ngơi trong đoạn đường dài sanh tử mà thôi.

Chắc chắn rằng những cô hồn ấy không ăn được những đồ cúng thí, nhưng qua các câu thần chú, có thể biến hóa thức ăn và cô hồn cũng như ngạ quỷ có thể dùng được thức ăn này như mình vẫn thường dùng bữa. Điều này cũng dễ hiểu thôi. Vì lẽ chư Thiên dùng thức ăn khác, chư Bồ Tát và chư Phật hưởng thức ăn khác. Con người ăn cơm, gạo, rau quả. Con bò ăn cỏ, ăn rau. Con gà ăn trùng, ăn tấm. A Tu La ăn khác và dĩ nhiên ngạ quỷ phải ăn toàn bằng lửa và những loài chúng sanh trong địa ngục thì ăn tươi, nuốt sống tội nhân v.v... Tất cả đều bị khổ đau và tục lụy dày vò. Chỉ có tiếng kinh lời kệ mới có thể mang họ ra khỏi tử sinh, sinh tử, thì ở đây nghi lễ chẩn tế cô hồn đã thể hiện được trọn vẹn ý nghĩa siêu độ chư vong linh quá cố ấy.

Thông thường một Lễ Chẩn Tế Cầu Siêu bạt độ như thế cử hành ít nhất là 1 ngày mà nhiều nhất là 3 ngày. Ngoài nghi lễ chẩn tế, vào buổi chiều ngày cuối, còn có lễ đề phan và lễ vớt vong trong 2 buổi tối nữa. Xen kẽ vào đó là tụng những bộ kinh như Thủy Sám hoặc Địa Tạng.

Nghi Đề Phan được cử hành như sau: Trên trần có treo một cái đầu phan. Thân và đuôi phan được để trên một cái bàn. Vị Chủ Sám cùng với các vị Kinh Sư làm lễ chấp bút viết tên, tuổi, quê quán, ngày sinh cũng như ngày tử của người mất vào thân phan. Viết một chữ, niệm Phật bằng bao nhiêu câu Phật hiệu. Rất trang nghiêm thành kính và mầu nhiệm. Nghi lễ này thông thường mất đến 2 tiếng đồng hồ. Sau cùng thân phan được kết chung với đầu phan và để tại bàn linh suốt trong mấy ngày lễ, cuối cùng đem đốt.

Lễ Vớt Vong hay Lễ Vớt Đàn, có nghĩa là những hương linh bị chết đuối, những người bị chết non, bị chết bắn, bị chết oan ức v.v... đều được cử hành theo nghi lễ Phật Giáo. Người ta làm một hoặc nhiều nhà ngục khác nhau, chung quanh có những quỷ sứ hình thù đầu trâu, mặt ngựa rất ghê rợn. Đây là cảnh có thật ở địa ngục theo như trong kinh Địa Tạng có diễn tả. Ở giữa ngục là tội nhân. Tội nhân ấy tượng trưng cho người thân quá cố của mình, khi ra đi không được vẹn toàn thân thể, hoặc giả hồn chết oan thường hay về báo mộng khổ sở, oán than. Do vậy mà thân nhân mới làm đàn tràng để giải oan cho những linh hồn đã bị đày đọa nơi chốn âm cung u tối này.

Đến đêm vớt vong, thân nhân ngồi chung quanh đàn có hình thù địa ngục này. Một vị Chủ Sám đứng bên ngoài cầm tích trượng và mặc y, áo, mão giống như vị Địa Tạng nơi địa ngục. Theo sau là linh vị của hương linh. Bên trong có người ngồi đối đáp. Có khi tượng trưng cho quỷ quan, có lúc tượng trưng cho linh hồn của người mất. Bên ngoài, thân nhân, mỗi khi nghe hỏi đáp, đều niệm lớn câu: Nam Mô A Di Đà Phật, nhằm hỗ trợ cho thân nhân mình và cầu nguyện được sanh về thế giới an lành hơn. Buổi lễ này kéo dài chừng 3 tiếng đồng hồ.

Các nghi lễ bên trên được gọi chung là Lễ Chẩn Tế Cô Hồn. Nói nôm na là lễ ban phát tình thương và sự sống cho những linh hồn bị cô độc. Phật Giáo chủ trương không những lấy tình thương xóa tan thù hận đối với người còn sống, mà còn chủ trương ban phát tình thương cho những người ở cõi âm chưa được siêu thoát, mà phải qua những lời kinh, tiếng kệ mới mong hương linh nương theo đó mà sanh về thế giới an lành hơn. Đối với người còn sống, đây là một lễ nghi rất cần thiết để khỏi ân hận rằng mình đã không làm gì cho người quá cố. Có thể người đó là Thầy của mình, hay cha mẹ của mình. Vì chữ ân và chữ hiếu rất được coi trọng ở những xã hội Á Châu, nhất là những xã hội bị ảnh hưởng bởi Khổng giáo và Phật giáo. Trong kinh điển của nhà Phật cũng có dạy rằng: Thiên kinh vạn quyển hiếu hạnh vi tiên là vậy. Dầu cho một ngàn quyển kinh, một vạn quyển sách cũng không bằng chữ hiếu. Chữ hiếu bao giờ cũng phải được đứng đầu trong muôn hạnh của con người, lúc còn sống cũng như khi đã chết. Người Á Châu, nhất là những người Phật tử hay quan niệm rằng trong khi sống, đời sống vật chất ra sao cũng được, nhưng đến khi chết, các lễ nghi cần phải đầy đủ, dầu cho có tốn kém đến bao nhiêu đi chăng nữa cũng không bao giờ than van. Vì người còn sống quan niệm rằng: Cha mẹ sanh ta ra, nuôi ta suốt đời, cho ta ăn học thành tài, nên người, ra giúp đời giúp đạo. Có bao giờ cha mẹ, Thầy Tổ đi kể công với ta đâu. Do đó, nếu là con, là đệ tử có hiếu với cha mẹ, với Thầy thì phải có bổn phận hầu hạ lúc cha mẹ già yếu cũng như lo cho cha mẹ đầy đủ các nghi lễ mãn phần.

Lúc sống rất ít người Việt Nam ăn mừng sinh nhựt, nhưng khi chết rồi, mỗi năm cứ đến ngày chết của người thân, thế là con cháu, đệ tử, đệ tôn quây quần về nhà hay về chùa, về Tổ Đình để cùng nhau cúng kỵ và chính ngày giỗ ấy đã nhắc nhở cho con cháu phải sống cho đúng với tinh thần đạo đức mà cha ông, Thầy Tổ đã truyền thừa mạng mạch ấy lại cho con cháu và đệ tử sau này.

Tục ngữ Việt Nam vốn có câu: "Ở có đức không sức mà ăn." Điều ấy có nghĩa là những bậc cha mẹ nào giàu lòng nhân nghĩa, Thầy Tổ ân sư nào có đầy mối từ tâm đối với chúng sanh và muôn loài thì thế hệ con cháu, đệ tử đời sau sẽ hưởng được phước đức của cha mẹ, ông bà, Thầy Tổ và luôn luôn được vinh hiển sung sướng, an hưởng trong cảnh phú quý vinh hoa, không bị não phiền làm cản trở sự sinh sống của mình.

Chư Tăng Ni ai cũng có vị Bổn Sư hay Y Chỉ Sư hoặc giả Thế Độ Bổn Sư, do vậy việc báo ân, báo hiếu của chư Tăng Ni đối với Thầy Tổ của mình cũng giống như bao nhiêu sự báo ân, báo hiếu khác của thế gian. Nghĩa là sau lễ trà tỳ, nhập tháp xong, cứ mỗi năm đến ngày giỗ kỵ, tất cả môn đồ, hiếu quyến đều về chùa Tổ để bái vọng về giác linh ân sư của mình. Cây có cội, nước có nguồn là thế.

CHƯƠNG VII

KẾT LUẬN

Mùa an cư kiết hạ năm nay - Phật lịch 2542 - dương lịch 1998, riêng tôi có những niềm vui và cũng có nhiều nỗi buồn bình thường như bao nhiêu nỗi buồn của nhân thế. Vui là vui gì và tại sao một người đã xuất gia học đạo 35 năm rồi còn buồn gì nữa? Đây là câu trả lời.

Niềm vui đầu tiên là năm nay Giáo Hội Phật Giáo Việt Nam Thống Nhất Âu Châu đã tổ chức được khóa an cư kiết hạ ngắn hạn 10 ngày, từ ngày 11 tháng 7 đến 21 tháng 7 năm 1998 tại Hannover, Đức Quốc. Có 50 Tăng Ni và 30 Cư sĩ tòng hạ tu học. Đây là niềm vui lớn nhất của tôi. Vì xây chùa xong, công việc tiếp Tăng độ Chúng không thể thiếu được. Nếu một ngôi chùa lớn mà không có hình bóng của Tăng sĩ, quả là điều đáng tiếc vô cùng. Mặc dầu chúng lý thường trực tại chùa Viên Giác cũng tăng giảm từ 18 đến 20 người, nhưng Tăng chúng càng đông, chùa càng có nhiều nếp sinh hoạt đặc thù hơn. Vì "Đức chúng như hải" mà.

Hầu hết quý vị tôn túc, trên từ Hòa Thượng Trưởng Ban Điều Hành Giáo Hội, Thượng Tọa Trưởng và Phó Tổng Vụ Trưởng Tổng Vụ Tăng Sự, Thượng Tọa Tổng Vụ Trưởng Tổng Vụ Giáo Dục, Thượng Tọa Tổng Vụ Trưởng Tổng Vụ Cư Sĩ v.v... đều có mặt. Tăng chúng của 2 chùa Khuông Việt - Na Uy, và Viên Giác - Đức Quốc, có số lượng đông nhất. Năm nay quý Thầy Tỳ Kheo đã đi trụ trì các chùa khắp nơi tại Âu Châu cũng vân tập về đông đủ tòng hạ trong 10 ngày. Không khí của ngôi chùa Viên Giác nhộn nhịp hẳn lên, không phải vì sự huyên náo mà là không khí tu học cũng như nghiêm trì giới luật của những người xuất gia.

Về tu học và hành đạo được chia ra những thời khóa rõ rệt như sau:

- Sáng từ 5 giờ 30: Thức chúng

- 5 giờ 45: mọi người đều vân tập lên Tổ Đường, đảnh lễ chư vị Tổ Sư, sau đó chư Tăng Ni đăng lâm bảo điện hô canh và tọa thiền.

- Đúng 6 giờ trì tụng thần chú Thủ Lăng Nghiêm

- Từ 7 giờ đến 8 giờ là giờ chấp tác công việc trong chùa của chúng Sa Di và Sa Di Ni.

- Đúng 8 giờ mọi người vân tập nơi trai đường để dùng điểm tâm.

- Từ 9 giờ đến 10 giờ 30 chúng Sa Di và Sa Di Ni chia phiên trực hành đường chuẩn bị cho giờ ngọ trai, trong khi đó quý Thầy Tỳ Kheo và quý cô Tỳ Kheo Ni vân tập nơi phòng họp để nghe quý Thầy đi trước truyền đạt các kinh nghiệm ra làm việc Đạo. Những khó khăn trở ngại, những thuận duyên và những thử thách cũng được trình bày cặn kẽ, tỉ mỉ để rút ra những ưu khuyết điểm cho chính cá nhân từng vị. Lớp này do Hòa Thượng Chủ Tịch, Thượng Tọa Tăng Sự, Thượng Tọa Tổng Vụ Trưởng Tổng Vụ Giáo Dục và chúng tôi phụ trách. Năm nay, đây là lần đầu tiên có lớp "Như Lai Sứ Giả" này.

- Đúng 11 giờ trưa Tăng chúng lại vân tập nơi trai đường để thọ trai và kinh hành niệm Phật. Sau đó nghỉ giải lao cho đến 14 giờ 30.

- Từ 14 giờ 30 đến 16 giờ cả chúng Tỳ Kheo và Sa Di, Sa Di Ni đều được học tập. Chúng Tỳ Kheo trao đổi kinh nghiệm tại phòng hội họp, trong khi đó chúng Sa Di và Sa Di Ni cũng như những vị Cư sĩ tòng hạ học tại giảng đường của nhà Đông do Thượng Tọa Thích Nhất Chơn hướng dẫn.

- Đến 17 giờ chiều chánh điện của chùa Viên Giác lại vang lên tiếng kinh cầu nguyện cho âm siêu dương thái. Tiếng chuông u minh cũng đã dẫn hồn người quá cố về chùa nghe kinh để tìm phương giải thoát. Đây là giờ thí thực cô hồn. Một nghi lễ thể hiện lòng từ bi của người sống đối với kẻ đã qua đời không có nơi nương tựa, thường được cử hành mỗi ngày tại các chùa ở Việt Nam cũng như ngoại quốc.
- 18 giờ 30 chư vị Tăng Ni dùng cháo hoặc dùng những món ăn nhẹ.
- Đúng 20 giờ tất cả Tăng Ni và Phật tử vân tập lên chánh điện để lạy kinh Đại Bát Niết Bàn, mỗi chữ mỗi lạy và mỗi tối như vậy thường lạy khoảng 300 lạy. Kinh Đại Bát Niết Bàn là một bộ kinh tối thượng thừa gồm 2 quyển, khoảng gần 2.000 trang chữ nhỏ. Nếu muốn lạy hết bộ kinh này phải cần 10 đến 15 năm trong mùa an cư kiết hạ. Chùa Viên Giác đã lạy kinh này bước sang năm thứ 3 rồi, hơn 240 trang sách đã được phụng trì một cách rất trang trọng. Đây là một công hạnh tu hành để phát sinh phước đức và trí tuệ mà cả Tăng lẫn Tục đều có thể thọ trì.

Một ngày trôi qua nhanh như thế, mọi người lại nghỉ ngơi, để tiếp tục công việc của ngày khác. Thế là 10 ngày vèo trôi qua. Đúng là "bóng câu qua cửa sổ". Tăng chúng lại luyến tiếc không khí tu học này nên đã đề nghị sang năm, sang năm nữa và những năm kế tiếp an cư 2 tuần hoặc lâu hơn. Điều ấy đã được Thượng Tọa Tổng Vụ Trưởng Tổng Vụ Tăng Sự hài lòng và tán đồng, nên duy trì truyền thống tốt đẹp này.

Rồi khóa Tu Học Phật Pháp Âu Châu kỳ 10 đã được tổ chức tại Glaubenberg, Thụy Sĩ, trong 10 ngày từ 23 tháng 7 đến 1 tháng 8 năm 1998, gồm có 500 Phật tử và 50 Tăng Ni tham dự, đến từ 14 nước trên thế giới, đa phần từ Âu Châu. Năm nay cũng là năm kỷ niệm 10 năm việc Phật sự chung này. Quý Thầy và quý Phật tử lại vân tập về nơi núi đồi trùng điệp này để sống những ngày cho tâm linh thật đầy đủ ý nghĩa.

Chương trình học có 5 lớp. Đầu tiên là lớp Oanh Vũ, gồm các em nhỏ theo cha mẹ đi học khóa Giáo Lý tuổi từ 5 đến 14. Lớp này được quý Thầy Chúc Nhuận, Cô Từ Khánh, Chú Hạnh Định và Cô Viên Chân phụ trách về vấn đề giáo lý và các anh chị Huynh Trưởng Gia Đình Phật tử Thụy Sĩ cũng như Âu Châu chịu trách nhiệm về vấn đề sinh hoạt của các em, gồm trò chơi, ăn uống, học tiếng Việt, sinh hoạt cộng đồng v.v...

Lớp 1 là lớp Giáo Lý Căn Bản cho những vị mới làm quen với Đạo. Mấy năm trước chỉ có một số quý Đại Đức đảm trách, nhưng năm nay quý Thượng Tọa cũng có giờ hướng dẫn cho lớp 1 này. Các giờ học của các lớp đều giống nhau. Nghĩa là mỗi một lần học như vậy có 5 hay hơn nữa, quý Thầy lo đảm trách trực tiếp. Ví dụ sáng từ 9 giờ 30 đến 11 giờ. Chiều từ 4 giờ đến 5 giờ rưỡi và tối từ 9 giờ tới 10 giờ rưỡi. Ngoài 3 lần học ra, các khóa sinh phải theo 4 thời khóa công phu: sáng vào lúc 6 đến 7 giờ, Quá Đường từ 12 đến 13 giờ, Lễ Cầu An từ 15 đến 16 giờ và lễ Tịnh Độ từ 20 đến 21 giờ. Ngoài ra các khóa sinh phải vào 1 trong 3 Ban như Trai Soạn, Hành Đường và Vệ Sinh để thực tập, học hỏi và đóng góp phần vụ của mình vào trong công việc chung để được công đức.

Lớp 2 là lớp chuyên khoa, mỗi năm học một bộ kinh. Năm nay Thượng Tọa Thích Nhất Chơn, Đặc Ủy Giáo Dục có dạy về Giới Tướng và Giới Pháp cho cả 2 lớp. Đặc biệt có Thượng Tọa Thích Phước Nhơn từ Úc đến đào sâu về pháp môn Tịnh Độ. Riêng tôi, hướng dẫn Phật tử một phần nhỏ trong kinh Bảo Tích về Bồ Tát Đạo. Thượng Tọa Thích Thiện Huệ giảng về Long Thơ Tịnh Độ. Đây là 4 Thầy giảng sư chính cho lớp 2 của Khóa Tu Học năm 1998 này.

Năm nay lớp cho Sa Di, Sa Di Ni học riêng. Lớp này cũng

do Hòa Thượng Chủ Tịch và quý Thượng Tọa lớn trong Giáo Hội hướng dẫn. Riêng tôi có hướng dẫn lớp này về Oai Nghi Tế Hạnh và Sám Ngã Niệm bằng chữ Hán. Năm nay quý Chú và quý Cô độ gần 30 vị, nên không khí học có vẻ cởi mở vui tươi hào hứng hơn mọi năm.

Cuối cùng là khóa dành cho quý vị Tỳ Kheo đã đi trụ trì một số Tự Viện tại Âu Châu. Thông thường các năm khác không có khóa này, nhưng năm nay sau 10 ngày an cư tại Viên Giác, khóa này vẫn còn âm hưởng, nên quý Thầy Tỳ Kheo đề nghị được tiếp tục học và trao đổi kinh nghiệm trong khi làm việc Đạo, việc Hội. Lớp này độ chừng 15 vị do Hòa Thượng Chủ Tịch, Thượng Tọa Tăng Sự, Thượng Tọa Nhất Chơn, Thượng Tọa Thiện Huệ, Thượng Tọa Phước Nhơn và chúng tôi đảm trách. Đa phần giải đáp những khó khăn mà quý vị Đại Đức này khi ra làm việc Đạo đã gặp phải. Không khí tu học rất tươi trẻ và từ sang năm trở đi, khóa này vẫn được duy trì.

Trong khóa Tu Học Phật Pháp Âu Châu kỳ 10 năm nay có một phiên họp của chư Tăng trong Giáo Hội, có một phiên họp của Tổng Vụ Cư Sĩ và một khóa hội thảo của ngành Thiếu, Gia Đình Phật tử Âu Châu. Trong phiên họp của Giáo Hội Âu Châu kỳ này có mấy quyết định của Tổng Vụ Tăng Sự cũng rất phù hợp với sự tu học ngắn hạn như sau:

- Kể từ năm 1999 trở đi, nhân mùa hạ khai mở tại chùa Viên Giác, Hannover - Đức Quốc, vào tháng 7, sẽ cho xuất gia gieo duyên cho quý Phật tử nào phát tâm xuống tóc trong vòng 2 tuần lễ để báo hiếu, hoặc để tròn lời nguyện. Hoặc giả xuất gia cả đời không được, thì cũng có thể tu trong một thời gian ngắn như thế.

- Cũng kể từ năm 1999 trở đi các giới tử thọ Bồ Tát Giới ăn chay trường và sống cuộc sống thanh tịnh, không có gia đình, được Tổng Vụ Tăng Sự chuẩn cho đắp y màu nâu, tu tại gia.

- Những vị nào thọ Bồ Tát Giới mà chỉ lãnh 6 giới trọng và 28 giới nhẹ, chỉ ăn chay 10 ngày thì chỉ được đắp y màu đen trong mùa an cư kiết hạ tại chùa Viên Giác và khóa Giáo Lý Âu Châu mà thôi. Sau đó y áo sẽ do Tổng Vụ Tăng Sự thâu lại cất giữ, sang năm kế tiếp lại được nhận lại.

Y của quý Phật tử tại gia thọ Bồ Tát Giới cả màu nâu lẫn màu đen đều do Giáo Hội Âu Châu cấp phát, chứ không phải tự ý may lấy. Sẽ có thông báo của Tổng Vụ Tăng Sự gởi đến quý Đạo Hữu nay mai.

Hai đêm văn nghệ tự phát rất là hào hứng. Một đêm được tổ chức vào giữa khóa tu học, trong lúc quý Thầy họp Giáo Hội, thí sinh nghỉ xả hơi, nghe nói cũng rất thành công. Nội dung phong phú, nhưng nghe đâu không bằng đêm văn nghệ lúc bế giảng. Sau lễ bế giảng có lễ kỷ niệm 10 năm, cắt bánh sinh nhật và tối hôm đó là một đêm tuyệt vời đối với chư Tăng Ni cũng như các khóa sinh. Chương trình chi tiết của Ban Văn Nghệ không được sắp đặt trước. Tuy nhiên rất hòa nhịp, ăn khớp vô cùng. Đại Đức Lệ Nguyên làm xướng ngôn viên bên giới Tăng sĩ và Thị Hiện Nguyễn Hữu Lộc làm xướng ngôn viên cho Cư sĩ. Đây là Đạo Đời 2 ngả cũng giống như Tân Cổ giao duyên vậy. Ai nghe cũng cười ngả nghiêng ngả ngửa và những tràng pháo tay tán thưởng nổ lốp đốp liên hồi, dường như kéo dài trong vô tận. Cứ 2 màn do Gia Đình Phật tử đóng góp thì có một màn của chư Tăng phụ họa vào. Đây là lần đầu tiên có đêm văn nghệ như thế, chưa đâu có được và có lẽ cũng không bao giờ được diễn trên một sân khấu công cộng như đêm văn nghệ của Khóa Tu Học Phật Pháp Âu Châu kỳ 10 vừa rồi. Kẻ vọng cổ, người ngâm thơ. Kẻ hát tân nhạc, người đánh đàn, thổi sáo. Các em Oanh Vũ thì múa những điệu vừa mới tập, trông mới mẻ và hoạt náo vô cùng.

Thế rồi ngày chia tay cũng đã đến. Mọi người ngày hôm sau, ai nấy đều bùi ngùi luyến tiếc, giã từ nơi núi đồi trùng điệp này. Giã từ những người bạn đạo thân thương. Giã từ những giờ tu học chung Thầy, chung lớp. Giã từ tiếng kinh lời kệ. Giã từ tiếng trẻ thơ chờ mẹ trong giờ sinh hoạt của Oanh Vũ. Thế là mọi người ra về. Ai ai cũng nặng trĩu cõi lòng, phải chờ một năm sau nữa mới có cơ hội trùng phùng trong 10 ngày ngắn ngủi như thế. Có cuộc vui nào lại chẳng tàn đâu? Có cuộc sống nào cứ kéo dài mãi không chấm dứt? Có cái gì tốt đẹp được cấu tạo bằng hình tướng trên đời này còn mãi đâu? Thôi thì cái gì của nhân thế, xin trả về với nhân thế. Đời là thế. Vì cuộc đời là thế. Có hợp thì có tan. Trăng có tròn thì có khuyết. Người có còn cũng là lúc phải chuẩn bị biệt ly. Tất cả đều giả tướng, tất cả đều bị vô thường biến đổi.

Trên đây là những tin vui và dưới đây là những tin buồn. Sau khi về lại Đức, huân tu trong những ngày an cư còn lại, bầu trời Đức Quốc lại ảm đạm hơn. Tin từ Việt Nam cho hay Hòa Thượng Bổn Sư của tôi bị cơn bịnh hoành hành và có thể ra đi bất cứ lúc nào. Thế là lo âu, thấp thỏm lại đến. Bởi vậy sự vô thường là thế. Có đó rồi mất đó. Cái gì liên hệ trực tiếp với mình thì cái đó bị ảnh hưởng, bị lôi kéo, bị dán chặt vào. Nếu vô thường xảy ra với một kẻ khác thì mình trở thành khách bàng quan, không lưu tâm đến. Vì nghĩ rằng vô thường chưa đến với mình, do vậy mà không lo tu học hoặc sửa soạn cho ngày về, nhưng khi chúng đến rồi thì bao nhiêu loại nghiệp chướng khác lại đổ ra.

Các vị Bồ Tát, chư vị A La Hán lấy nỗi khổ của chúng sanh làm nỗi khổ của mình để tu tiến, hành đạo. Do vậy mà dưới mắt các Ngài không bị trói buộc vào một đối tượng nào nhất định cả. Tình thương rải đều cho mọi người và mọi loài chứ không bị đóng khung như tình yêu. Tình yêu là vị kỷ, tình thương là vị tha. Tình yêu bị đóng khung trong hình vuông, hình tròn, hình thoi hay hình chữ nhật. Ngược lại tình thương thì vượt thoát ra khỏi sự nô lệ của 4 bức tường này. Tình thương là sự cởi trói cho mọi ràng buộc của thế nhân. Tình thương là mong được cho và tình yêu là mong được nhận. Một bên tượng trưng cho vị tha và rõ ràng bên kia tượng trưng cho vị kỷ. Đây là một bài học mà ai trong chúng ta cũng có thể học thuộc lòng, nhưng thực hiện được bài đó, mỗi người lại có mỗi phương thức khác nhau.

Từ khi tôi xuất gia với Thầy, đến năm nay (1998) là đúng 35 năm. Trong 35 năm ấy hình ảnh của Thầy tôi có lúc gần, có lúc xa. Vì suốt trong khoảng thời gian ấy, tôi chỉ ở với Thầy có 2 năm. Trong 2 năm trường đó tuy Thầy tôi không dạy trực tiếp bằng lời, nhưng gián tiếp qua hành động, cử chỉ v.v... tôi đã học được từ Thầy tôi rất nhiều. Thầy là một con người rất cương nghị, không dễ dãi nhường bước bất cứ một sự khó khăn nào. Trên đường tu, Thầy đã thành công ở nhiều lãnh vực, nhưng Thầy cũng đã bị chông chênh ở nhiều vị thế khác nhau. Đúng là mỗi chúng sanh khi sinh ra đời, nghiệp lực mỗi người mỗi khác là vậy. Thầy rất am tường về nhiều phương diện như tổ chức, xã hội v.v... nhưng về phần hành trì để sinh cái đức phía bên trong, Thầy tôi bị thời gian và hoàn cảnh chi phối, do vậy mà những cái nghiệp khác nó trói buộc Thầy. Điều này tự Thầy biết rõ hơn ai hết, nhưng Thầy chỉ chấp nhận mà thôi. Có lẽ Thầy nghĩ rằng đó là một định nghiệp mà Thầy phải trả.

Thầy sinh năm 1927 tại Hội An, trong một gia đình Nho giáo. Ông anh Thầy làm Dân Biểu Hạ Nghị Viện thời trước năm 1975, cũng có tiếng tăm lừng lẫy một thời. Hội An là xứ khổ sở muôn bề, nhưng Thầy cũng đã chống chọi với bao thử thách của hoàn cảnh và thời cuộc. Tôi kém Thầy 23 tuổi, nhưng ngày ấy khi mới vào chùa, thấy Thầy vĩ đại quá, cao thượng quá và tôi, một chú bé nhà quê chỉ biết làm theo những khuôn mẫu, mực thước đã có trước mà thôi. Ngày xuất gia của tôi là ngày 15 tháng 5 năm 1964, nhưng sau đó phải ra Tổ Đình Phước Lâm ở với Thượng Tọa Thích Như Vạn từ 1964 đến 1966. Vì lẽ Thầy tôi phải đi Sàigòn để chữa bịnh. Tôi đã học được ở Thầy Như Vạn cũng nhiều và sau đó tôi lại rời Tổ Đình Phước Lâm về chùa

Viên Giác ở từ 1966 đến 1968 rồi tiếp tục xuôi Nam và năm 1972 lại ra ngoại quốc cho đến ngày nay.

Tôi được biết Thượng Tọa Thích Như Vạn viên tịch vào năm 1977 tại Hội An qua lần thăm viếng chùa Tam Bảo tại Montréal, Canada, 1979. Những năm 1975 đến 1980 hầu như có rất ít tin tức từ Việt Nam sang ngoại quốc. Nhớ lúc ấy khi tôi còn ở Nhật mỗi lần thư đi từ Việt Nam qua Nhật phải tốn đến 6 tháng trời. Nhìn kỹ dấu bưu điện thì thư đi qua Trung Quốc, sang Nga rồi mới vào Nhật. Khi thư đến Nhật, nhìn thấy lá thư nhưng chữ nghĩa đã phai màu và giấy viết thư cũng quá xấu. Nhìn sự phát triển của Việt Nam vào cuối thập niên năm 1970, tôi sửng sốt. Vì lúc ấy Nhật Bản là một cường quốc kỹ nghệ trên thế giới mà. Cũng vì tin tức không có, cho nên sự ra đi của vị ân sư Thượng Tọa Thích Như Vạn tôi không được biết. Mãi đến năm 1979 mới hay tin và nay thì cũng đã gần 20 năm rồi. Thời gian trôi qua nhanh quá, mới đó mà đã 20 năm rồi. Thế sự nhiều đổi thay, nhưng ân sư Thầy Tổ lúc nào cũng ở canh cánh bên lòng của tôi, tựa hồ như việc mới ngày nào. Ở tôi ân nghĩa nặng trĩu hai vai, dầu cho đến tự bao giờ cũng không thể nào quên được. Như Ngài Thật Hiền người Trung Hoa đã phát nguyện trong "Phát Bồ Đề Tâm", đối với ơn Tam Bảo, Cha Mẹ, Thầy Tổ, Quốc Gia, Xã Hội v.v... phàm mỗi chúng sinh sinh ra trong đời này, không ai có thể sống độc lập được, mà mỗi người phải sống nương tựa vào kẻ khác ở mỗi phương diện khác nhau.

Trong 24 oai nghi của một người tu có mấy phép dạy thờ Thầy, cung phụng Thầy lúc đau ốm cũng như khi già yếu, khi ra đi v.v... Ai thực hành kỹ cung cách này cũng không khác gì Phật Giáo Tây Tạng mấy. Ở Phật Giáo Tây Tạng, đặc biệt pháp Lamrim, tức tiệm tu, họ xem Thầy còn hơn Phật. Vì Phật đã đi vào quá khứ, chỉ có Thầy mới là thay mặt Phật dạy cho ta mọi lý lẽ của cuộc đời. Mọi tình thương, mọi sự hiểu biết cũng từ đây mà sanh. Do vậy mà Phật Giáo Tây Tạng rất quan tâm về lãnh vực này cũng giống như Phật Giáo Nhật Bản thờ hình ảnh của các vị Tổ Sư khai tông lớn hơn Phật vậy. Việt Nam thì không như thế. Vì đối với người Phật tử Việt Nam thì đức Phật rất quan trọng nên thờ ở giữa chánh điện. Tổ quan trọng thứ 2 nên thờ Tổ sau lưng Phật. Còn Thầy cũng quan trọng, nhưng vào hàng thứ 3. Việt Nam không thờ Thầy trên Tổ, thờ Tổ trên Phật như Phật Giáo Tây Tạng và Nhật Bản được. Có thể nói rằng Phật Giáo Việt Nam có những nét đặc thù khác hơn các nước theo Phật Giáo trên thế giới.

Hình ảnh của Thượng Tọa Thích Như Vạn giống như một người mẹ hiền. Thầy người gầy gò ốm yếu nhưng rất cương nghị. Bất cứ việc gì Thầy đã đề xướng ra, Thầy đều tận tụy làm cho xong. Đây là một phẩm tính rất quan trọng mà cá nhân tôi đã ảnh hưởng được lúc thiếu thời. Đây cũng là những dấu ấn in rất đậm nét lúc tuổi còn thơ. 15 tuổi lúc ấy là cái tuổi còn rất hồn nhiên để tiếp nhận những gì cao quý nhất trong khi học đạo lúc ban đầu. Ngày nay Thầy đã ra đi, nhưng trong tôi hình bóng Thầy vẫn còn sáng ngời hiển hiện. Dầu Thầy ở thế giới nào đi chăng nữa, hình ảnh của Thầy vẫn luôn ở mãi bên con và mấy ngày nay tôi lại được tin Sư phụ mình chuẩn bị ra đi vĩnh viễn, như bao sự ra đi khác của nhân thế. Cho nên tôi đã chuẩn bị tương đối đầy đủ những gì phải chuẩn bị lúc Thầy chưa ra đi. Chắc chắn một ngày rất gần, Thầy phải ra đi. Tôi đã gởi Hạnh Tấn và Hạnh Nguyện, hai người đệ tử đầu đang ở Ấn Độ về lại Việt Nam để hầu Sư Ông trong những ngày còn lại. Riêng phận mình, mặc dầu là Trưởng Tử nhưng không gian cách trở và thời gian không cho phép nên cố quốc vẫn còn xa và ngày về lại quê xưa, cận kề bên Thầy Tổ, thăm ngôi chùa xưa, đảnh lễ nơi chân tháp của Thầy vẫn còn là một niềm hy vọng lớn lao phải giữ mãi nơi cõi lòng mà chưa thực hiện được.

Cuộc thế xoay vần, sự sống chết là lẽ đương nhiên. Do vậy chuẩn bị sự ra đi cho mình hay cho người thân vẫn là một điều đáng làm trước. Vì trước sau gì, chúng ta cũng phải đi qua con đường ấy. Đó là một sự thật mà ít người muốn chấp nhận, nhưng sự thật bao giờ cũng là sự thật. Sau đây là bài điếu văn của môn đồ hiếu quyến do tôi soạn và Hạnh Tấn sẽ đọc bên kim quan của Thầy sau khi Thầy đã vĩnh viễn ra đi:

Ngưỡng bạch Giác linh Ân Sư

Chúng con đại diện cho môn đồ, đệ tử pháp quyến tại chùa Viên Giác, Đức Quốc, xin bái vọng về ân sư nơi quê hương nghìn trùng xa cách để nói lên tấm lòng của một người đệ tử đã theo Thầy xuất gia học đạo, nay đã đúng 35 năm trường.

Thời gian có Xuân, Hạ, Thu, Đông. Không gian có Đông, Tây, Nam, Bắc, nhưng với con trong hiện tại, vũ trụ như ngừng quay và bầu trời không một vì sao sáng. Dẫu biết rằng: Sống Gởi Thác Về và thân tứ đại trả về cho tứ đại, nhưng ai đâu ngờ rằng, qua tuổi thất thập cổ lai hy, Thầy đã vội lìa nơi trần thế. Tâm hành Bồ Tát đạo chưa mãn, thân thể hiện hạnh từ bi chưa xong mà vô thường đã vội đến, để cho chúng con hàng đệ tử, đệ tôn nơi phương trời xa lạ và ở nơi cố quốc thân yêu mất đi một bậc ân sư và chắc chắn rằng chúng con không có cơ hội trùng phùng nữa.

Suốt 35 năm tu học, mà con chỉ ở với Thầy được 2 năm từ 1966 đến 1968. Thời gian này Thầy đa đoan Phật sự đối với Giáo Hội, nhưng vấn đề thân giáo, khẩu giáo và ý giáo của Thầy đối với chúng con không bao giờ thiếu sót. Thầy không bao giờ la mắng quở phạt đệ tử của Thầy một cách nặng lời, nhưng đệ tử nào nhìn những cử chỉ im lặng của Thầy cũng đủ biết rằng Thầy không vừa ý, phải tự sám hối, phải tự làm tròn bổn phận của mình.

Kính bạch giác linh Thầy

Lẽ ra con phải về đây, cận kề bên kim quan của Thầy để làm tròn bổn phận là người đệ tử đối với Sư Phụ, nhưng như Thầy đã biết, không gian cách trở và hoàn cảnh chưa thuận duyên, nên con đành ở chốn trời Tây, xin ngưỡng vọng về giác linh Thầy và đệ tử của con sẽ đọc lên những lời này thay thế con trong lúc con vắng mặt. Kính mong Thầy chứng giám cho.

Cây có cội, nước có nguồn là vậy. Dù ai đi đâu và sống bất cứ nơi đâu trên quả địa cầu này, nếu không có cha mẹ sinh thành, nếu không có ân sư giáo dưỡng thì không nên người được. Từ câu "ẩm thủy truy nguyên" này mà con luôn vọng về quê hương cũng như cố quốc để nói lên nỗi niềm cô lữ khi ân sư đã theo Phật về Tây. "Thầy là bóng cây che mát chúng con. Thầy là ánh sáng dắt dìu lòng con..." Thầy là sự sống của mọi người, Thầy che chở mọi người như bóng mát của cây đa chùa Viên Giác vẫn chở che mưa nắng cho mọi người được nhờ. Bây giờ Thầy đã ra đi, ra đi vĩnh viễn không có ngày trở lại, nhưng chúng con cũng mong rằng với hạnh nguyện độ sanh của Bồ Tát, mong Thầy trở lại trần gian đầy khổ đau tục lụy này, sớm gặp được nhiều an lạc trong cuộc sống. Vì cuộc đời còn khổ đau thì bản hoài của chư Tổ Sư và chư vị Bồ Tát chưa hoàn thành. Dưới một hình thức nào đó, chúng con mong muốn Thầy trở lại Ta Bà để hóa độ chúng sanh.

Những lúc vui, Thầy cũng không vui quá, lúc buồn Thầy cũng chỉ buồn riêng với mình. Ít ai, ngay cả những đệ tử lớn của Thầy cũng rất khó để chia sẻ với Thầy những việc Phật sự mà Thầy đã cưu mang trong quá khứ. Có lẽ Thầy đã lấy cái khổ của chúng sanh làm cái khổ của mình, nên cuối cùng rồi thân thể lại bịnh hoạn và cơn vô thường đã đến, đưa Thầy về cảnh giới an nhiên.

Chúng con biết rằng: Cõi trần thế có nhiều điều tạm bợ, nhưng "vô thường thị thường" cũng là lẽ đạo huyền vi, ngưỡng mong Thầy ở nơi cao minh nào đó chứng cho lòng đệ tử chúng con và chúng con cũng mong rằng: sắc thân Thầy có bị sự giả huyễn vùi vào lòng đất lạnh, nhưng hạnh nguyện của Thầy vẫn luôn còn mãi với chúng sanh trong cõi đời ngũ trược này.

Con và chúng đệ tử, đệ tôn nơi đây xin chắp tay nguyện cầu giác linh Thầy được cao đăng thượng phẩm và nhập vào trạng thái chân như, sớm hồi nhập Ta Bà, hóa độ chúng sanh.

Khể thủ
Đệ Tử: Thích Như Điển

Tôi muốn viết thật nhiều cho quý vị đọc. Nhiều lúc ý tưởng chất chồng phải ghi ra giấy để viết cho có thứ tự. Nhiều khi lo nắm bắt ý này thì ý kia chạy mất. Do vậy mà có nhiều đoạn văn không liên tục nhau, hoặc lặp đi lặp lại nhiều lần. Đôi khi tôi muốn làm một dàn bài thật kỹ để cho tất cả sự suy nghĩ vào một khuôn khổ nhất định nào đó, nhưng điều ấy rất khó, đôi khi vì có những sự kiện mới tiếp nhận được, nên ý văn lại dồi dào hơn và tôi lại dẫn dắt câu văn của mình đi vào một ngõ quanh khác. Nhiều khi muốn đào sâu hơn nữa một vấn đề quan trọng nào đó, nhưng chưa xong, đã phải qua vấn đề khác. Do đó khi quý vị độc giả đọc sách của tôi viết, thấy không sâu sắc là vậy. Có nhiều người viết một câu chuyện nhỏ thôi mà có thể kéo dài cả hàng trăm trang sách, nhưng ở tôi thì không được thế. Cũng có lúc muốn diễn tả câu chuyện có thêm ý vị hơn, nhưng tư tưởng lại không cho phép. Thế là vén khéo câu chuyện lại, để rồi sau khi in thành sách, lúc đọc lại, thấy sao mà ngắn quá, lẽ ra chỗ này hoặc chỗ kia phải cần bàn rộng hơn nữa.

Thật ra, một quyển sách hay không nhất thiết phải là một quyển sách dày, nhiều trang, nhưng thông thường đối với độc giả, hay ngay cả tác giả cũng thế, nếu nhiều trang một chút, quả thật là sách hay thì đọc lại vui hơn. Người ta khi đọc sách xong phải nhận được ý chính của tác giả muốn gởi gắm đến độc giả. Đó cũng là thành công rồi. Nhiều khi đọc suốt một quyển sách viết tràng giang đại hải, nhưng độc giả chẳng thâu lượm được ý chính muốn nói gì, thì đây quả là chuyện bông đùa. Không ai có nhiều thì giờ để theo dõi một câu chuyện không có mục đích nhất định.

Dẫu sao đi nữa thì tác phẩm thứ 25 này cũng đã xong. Mùa hạ năm nay có nhiều niềm vui và nhiều nỗi lo lắng là thế. Tuy nhiên, mọi việc rồi cũng qua đi, chỉ tiếc rằng tôi không có nhiều thì giờ để lo cho mọi công việc cùng một lúc, nhiều lúc bị trách móc ở mọi nơi, ở trách nhiệm một vị Thầy, ở cương vị một người trụ trì, ở cương vị một người lãnh đạo. Nhiều lúc tôi cũng muốn cố gắng hết mình, nhưng điều ấy không phải chuyện đơn giản. Không ai hiểu hết được tâm lý và nhu cầu của quần chúng cả. Một chính trị gia, một nhà tôn giáo, một nhà xã hội học cũng thế thôi. Huống nữa ở đây với cương vị một Trụ Trì từ trên xuống dưới phải chăm sóc mọi mặt của một ngôi chùa to lớn nhất nhì tại hải ngoại, quả không phải là chuyện đơn thuần. Nhưng còn sống là còn làm bổn phận của mình cho đến khi nào không thể kham nhẫn được nữa, lúc ấy mới thôi. Dĩ nhiên nhu cầu đòi hỏi thì nhiều, ở mỗi người, ở nhiều lãnh vực khác nhau, nhưng người lãnh đạo, dầu giỏi đến đâu đi chăng nữa, cũng không thể đáp ứng mọi vấn đề cho tập thể mà cần phải có nhiều bàn tay và khối óc hỗ trợ vào.

Xin nguyện cầu cho sự sống của mọi loài luôn có ý nghĩa. Nếu có chết cũng trở về một trạng thái an nhàn, không khổ đau, không giằn vặt, để tâm thức bay bổng lên cao xanh, nhìn lại thế giới khổ đau này, nơi con người đã sống, có được một sự cảm thông nào đó cho những sinh linh còn phải tiếp tục nổi trôi trong kiếp luân hồi này.

Viết xong ngày 30 tháng 8 năm 1998
nhằm ngày giỗ của phụ thân lần thứ 12,
mồng 9 tháng 7 âm lịch
tại thư phòng chùa Viên Giác.

Tác giả: Thích Như Điển

Hòa Thượng Thích Như Điển

- ❖ Thế danh: Lê Cường. Pháp tự: Giải Minh. Pháp hiệu: Trí Tâm
- ❖ Sanh: 28.06.1949 tại Xuyên Mỹ, Duy Xuyên, Quảng Nam.
- ❖ Học lực: Cử nhân giáo dục và Cao học Phật giáo tại Nhật Bản.
- ❖ Xuất gia năm 1964 tại Tổ Đình Phước Lâm, Hội An.
- ❖ Năm 1971: Thọ Tỳ Kheo giới tại giới đàn Tu Viện Quảng Đức, Thủ Đức.
- ❖ Năm 1972: Du học Nhật Bản.
- ❖ Năm 1977: Đến Đức vào với Visa du lịch; nhưng sau đó xin tỵ nạn tại Đức và ở Đức từ đó cho đến nay.
- ❖ Tháng 4 năm 1978 thành lập Niệm Phật Đường Viên Giác và sau đó trở thành Chùa Viên Giác tại Hannover.
- ❖ Từ năm 1978, 1979: Sáng lập Chi Bộ Giáo Hội Phật Giáo Việt Nam Thống Nhất Đức Quốc, thành lập Hội Sinh Viên và Kiều Bào Phật Tử Việt Nam tại Đức.
- ❖ Năm 1988 được tấn phong lên hàng Giáo phẩm Thượng Tọa tại giới đàn Đại Nguyện chùa Pháp Hoa Marseille, Pháp quốc.
- ❖ Ngày 28.6.2008 được tấn phong lên hàng Giáo phẩm Hòa Thượng tại Đại Giới Đàn Pháp Chuyên tại chùa Viên Giác Hannover, Đức Quốc.
- ❖ Ngày 8 tháng 7 năm 2011 tại Colombo thủ đô nước Tích Lan, Hội Đồng Tăng Già Tích Lan đã trao giải thưởng cao quý cho HT Thích Như Điển và HT Thích Minh Tâm.
- ❖ Đệ Nhị Chủ Tịch Hội Đồng Điều Hành GHPGVNTN Âu Châu nhiệm kỳ 2015-2020.
- ❖ Phó Chủ Tịch Hội Đồng Tăng Già Thế Giới (World Buddhist Sangha Council - WBSC).
- ❖ Sáng tác gần 70 tác phẩm và dịch phẩm từ các tiếng Việt, Anh, Hán, Nhật và Đức ngữ.

CÙNG MỘT TÁC GIẢ

1	Truyện cổ Việt Nam 1 & 2	Nhật ngữ	1974, 1975
2	Giọt mưa đầu hạ	Việt ngữ	1979
3	Ngỡ ngàng	Việt ngữ	1980
4	Lịch sử Phật Giáo Việt Nam Hải Ngoại trước và sau năm 1975	Việt & Đức ngữ	1982
5	Cuộc đời người Tăng sĩ	Việt & Đức ngữ	1983
6	Lễ nhạc Phật Giáo	Việt & Đức ngữ	1984
7	Tình đời nghĩa đạo	Việt ngữ	1985
8	Tìm hiểu giáo lý Phật Giáo	Việt & Đức ngữ	1985
9	Đời sống tinh thần của Phật Tử Việt Nam tại ngoại quốc	Việt & Đức ngữ	1986
10	Đường không biên giới	Việt & Đức ngữ	1987
11	Hình ảnh 10 năm sinh hoạt Phật Giáo Việt Nam tại Tây Đức	Việt & Đức ngữ	1988
12	Lòng từ Đức Phật	Việt ngữ	1989
13	Nghiên cứu Giáo Đoàn Phật Giáo thời nguyên thủy I, II, III	dịch từ Nhật ngữ ra Việt & Đức ngữ	90, 91, 92
14	Tường thuật về Đại hội Tăng già Phật Giáo thế giới kỳ 5 khóa I tại Hannover, Đức Quốc	Việt, Anh, Đức ngữ	1993
15	Giữa chốn cung vàng	Việt ngữ	1994
16	Chùa Viên Giác	Việt ngữ	1994
17	Chùa Viên Giác	Đức ngữ	1995
18	Vụ án một người tu	Việt ngữ	1995
19	Chùa Quan Âm (Canada)	Việt ngữ	1996
20	Phật Giáo và con người	Việt & Đức ngữ	1996
21	Khóa giáo lý Âu Châu kỳ 9	Việt & Đức ngữ	1997

22	Theo dấu chân xưa * (Hành hương Trung quốc I)	Việt ngữ	1998
23	Sống và chết theo quan niệm của Phật Giáo	Việt & Đức ngữ	1998
24	Tiếp kiến với Đức Đạt Lai Lạt Ma	Việt & Đức ngữ	1999
25	Vọng cố nhân lầu (Hành hương Trung Quốc II)	Việt ngữ	1999
26	Có và Không	Việt & Đức ngữ	2000
27	Kinh Đại Bi * (dịch từ Hán văn ra Việt văn)	Việt & Đức ngữ	2001
28	Phật thuyết Bồ Tát Hành Phương Tiện Cảnh Giới Thần Thông Biến Hóa Kinh	dịch từ Hán văn ra Việt ngữ	2001
29	Bhutan có gì lạ?	Việt ngữ	2001
30	Kinh Đại Phương Quảng Tổng Trì	dịch từ Hán văn ra Việt ngữ	2002
31	Cảm tạ xứ Đức	Việt & Đức ngữ	2002
32	Thư tòa soạn báo Viên Giác trong 25 năm (1979 - 2003, 2004)	Việt ngữ	2003
33	Bốn Sự kinh	Dịch từ Hán văn sang Việt ngữ	2003
34	Những đoản văn viết trong 25 năm qua	Việt & Đức ngữ	2003
35	Phát Bồ Đề Tâm kinh luận	Dịch từ Hán văn sang Việt ngữ	2004
36	Đại Đường Tây Vức Ký	Dịch từ Hán văn sang Việt ngữ	2004
37	Làm thế nào để trở thành một người tốt	Việt ngữ	2004
38	Dưới cội bồ đề	Việt ngữ	2005
39	Đại Thừa Tập Bồ Tát Học Luận	Dịch từ Hán văn sang Việt ngữ	2005

40	Bồ Đề Tư Lương luận	Dịch từ Hán văn sang Việt ngữ	2005
41	Phật nói luận A Tỳ Đàm về việc thành lập thế giới	Dịch từ Hán văn sang Việt ngữ	2006
42	Giai nhân và Hòa Thượng	Việt ngữ	2006
43	Thiền Lâm Tế Nhật Bản	Dịch từ Nhựt ngữ sang Việt ngữ	2006
44	Luận về con đường giải thoát	Dịch từ Hán văn sang Việt ngữ	2006
45	Luận về bốn chân lý	Dịch từ Hán văn sang Việt ngữ	2007
46	Tịnh Độ tông Nhật Bản	Dịch từ Nhật ngữ sang Việt ngữ	2007
47	Tào Động tông Nhật Bản	Dịch từ Nhật ngữ sang Việt ngữ	2008
48	Phật Giáo và khoa học	Việt ngữ	2008
49	Pháp ngữ	Việt ngữ	2008
50	Những mẩu chuyện linh ứng của Đức Địa Tạng Vương Bồ Tát	Dịch từ Nhật ngữ sang Việt ngữ	2009
51	Nhật Liên tông Nhật Bản	Dịch từ Nhật ngữ sang Việt ngữ	2009
52	Chân Ngôn tông Nhật Bản	Dịch từ Nhật ngữ sang Việt ngữ	2010
53	Chết an lạc, tái sanh hoan hỉ	Dịch chung với T.T. Nguyên Tạng từ Anh ngữ sang Việt Ngữ	2011
54	Chuyện tình của Liên Hoa Hòa Thượng	Việt Ngữ	2011
55	Tư tưởng Tịnh Độ Tông	Việt ngữ	2012
56	Những bản kinh căn bản của Tịnh Độ Tông Nhật Bản	Dịch từ Đức ngữ sang Việt ngữ	2012
57	Dưới bóng đa chùa Viên Giác	Việt ngữ, viết chung với Trần Trung Đạo	2012

58	Diệu Pháp Liên Hoa kinh / Văn cú	Dịch từ chữ Hán sang tiếng Việt	2013
59	Hương Lúa Chùa Quê (Hoài Niệm Tuổi Thơ)	Việt ngữ viết chung với H.T. Thích Bảo Lạc	2013
60	Hiện tượng của tử sinh	Việt ngữ	2014
61	Nhật Bản trong lòng tôi	Việt ngữ	2015
62	Nước Úc trong tâm tôi	Việt ngữ	2016
63	Nước Mỹ bao lần đi và đến	Việt ngữ	2017
64	Thiền quán về Sống và Chết	Dịch từ Anh ngữ sang Việt ngữ với TT. Thích Nguyên Tạng	2017
65	Mối tơ vương của Huyền Trân Công Chúa	Việt ngữ	2018
66	Phật Giáo Việt Nam tại Âu Châu	Việt ngữ	2019
67	Vua là Phật . Phật là vua	Việt ngữ	2020

www.ingramcontent.com/pod-product-compliance
Lightning Source LLC
LaVergne TN
LVHW041706060526
838201LV00043B/601